అమ్మ ఆటోగ్రాఫ్

కథలు

D9900389

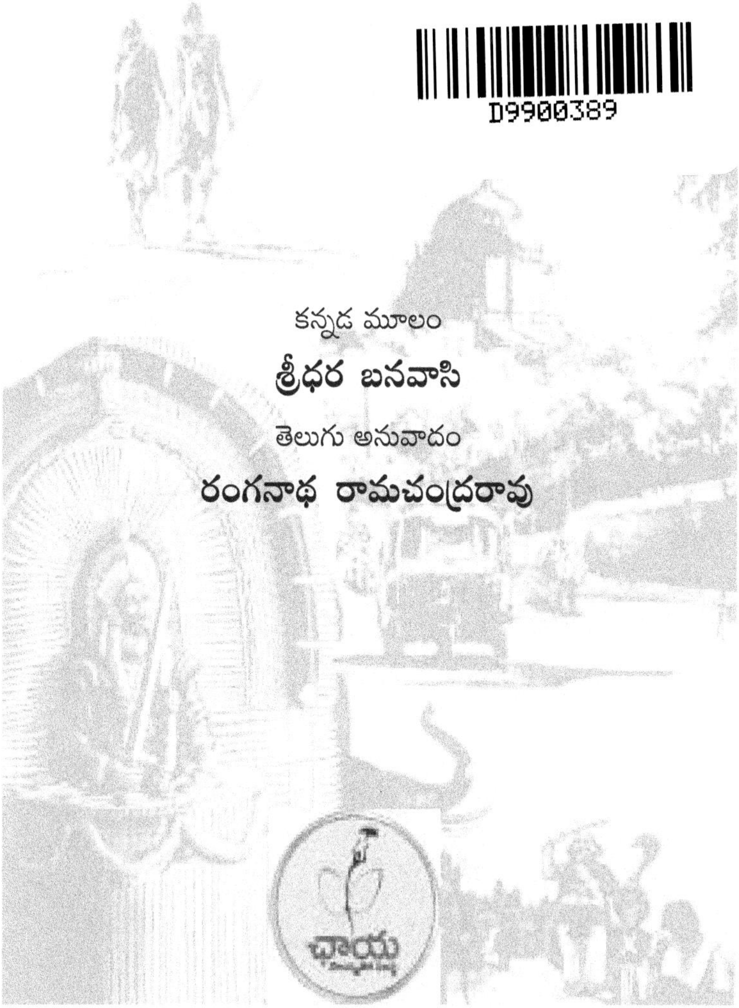

కన్నడ మూలం

శ్రీధర బనవాసి

తెలుగు అనువాదం

రంగనాథ రామచంద్రరావు

AMMA AUTOGRAPH

Short Stories

Author

Shridhara Banvasi
shridharabanavasi@gmail.com

Translated by

Ranganatha Ramachandra Rao

© Author

First Edition: Dce 2023

Copies: 500

Published By:
Chaaya Resources Centre
103, Haritha Apartments,
A-3, Madhuranagar,
Hyderabad-500038
Ph: (040)-23742711
Mobile: +91-70931 65151
email: chaayaresourcescenter@gmail.com

Publication No.: CRC-121

ISBN No. : 978-93-92968-79-2

Cover Design: BEE Concept
Book Design: R.R.Rao

Printed at:
Trinity Academy of Corporate Training Pvt.Ltd.,
Bangalore

For Copies:
All leading Book Shops
https:/amxn.to/3xPaeld
bit.ly/chaayabooks

శ్రీధర బనవాసి

శ్రీధర బనవాస సమకాలీన యువ కన్నడ రచయితల్లో ఒకరు. కథకుడిగా, కవిగా, నవలా రచయితగా, కాలమిస్ట్‌గా, సంపాదకుడిగా, దర్శకుడిగా బహుముఖ ప్రజ్ఞాశాలి. ఉన్నత విద్యావంతులు. మెకానికల్ ఇంజనీరింగ్ చేశారు. తర్వాత జర్నలిజం, మాస్ కమ్యూనికేషన్స్‌లో పట్టాపుచ్చుకున్నారు. మీడియా వినోద రంగాలలో ఉద్యోగం చేశారు. అనేక టీవీ కార్యక్రమాలకు, ప్రకటనలు, డాక్యుమెంటరీలకు దర్శకత్వం వహించారు.

కన్నడ సాహిత్య జగత్తులో విభిన్నమైన కథకుడిగా పేరుపొందిన శ్రీధర బనవాసి తమ సాహిత్య కృషికి గుర్తుగా 'అమ్మన ఆటోగ్రాఫ్', 'దేవర జోలిగె', 'బ్రిటిష్ బంగ్లా' మూడు కథా సంపుటాలుప్రకటించారు. 2017లో ప్రచురింపబడిన వీరి 'బేరు' నవలకు –కేంద్ర సాహిత్య అకాడెమి యువపురస్కారాన్ని, కర్ణాటక సాహిత్య అకాడెమి పురస్కారాన్ని అందుకున్నారు.

వీరి సాహిత్య కృషికిగానూ అరళు సాహిత్య పురస్కారం, వసుధేవ భూపాలం పురస్కారం, గుబ్బి సోలూరు మురుగారాధ్య పురస్కారం, శా. బాలూరావ్ యువ రచయిత పురస్కారం, బసవరాజ కట్టిమని యువసాహిత్య పురస్కారం, చడగ నవలా పురస్కారం మొదలైన అనేక పురస్కారాలు వీరిని వెతుక్కుంటూ వచ్చాయి.

రంగనాథ రామచంద్రరావు

తెలుగు పాఠకులకు రచయితగా, అనువాదకులుగా సుపరిచితులు. వీరి సాహిత్య కృషికి చిహ్నాలుగా 19 అనువాద నవలలు, 18 అనువాద కథా సంకలనాలు, 5 ఆత్మకథలు, ఒక జీవిత చరిత్ర, 3 సొంత కథా సంపుటాలు, 2 సొంత నవలలు, సాహిత్య అకాడెమి కోసం చేసిన 9 అనువాదాలు, 5 ఆత్మకథలు, 3 కవితా సంపుటాలు, బాలల కోసం రాసిన 12 పుస్తకాలు వెలువడ్డాయి. సాహిత్య అకాడెమీ కోసం అనువదించిన పి. లంకేశ్‌గారి 'రాళ్ళు కరిగిన వేళ'కు పొట్టి శ్రీరాములు తెలుగు విశ్వవిద్యాలయం పురస్కారం, 'సమకాలీన కన్నడ దళిత కథలు' అనువాద కథాసంకలనానికి 'శశిశ్రీ స్మారక సాహిత్య పురస్కారం', 'క్రోడు త్రిశూలం పట్టిన కథ' అనువాద కథల సంపుటికి 'కువెంపు భాషాభారతి' పురస్కారం, 'మళ్ళీ సూర్యోదయం' కథా సంపుటికి 'పెన్నా పురస్కారం', కన్నడ నుంచి తెలుగులోకి అనువదించిన 'ఓం ణమో' నవలానువాదానికి 2020 సంవత్సరానికిగాను కేంద్రసాహిత్య అకాడెమి పురస్కారం అందుకున్నారు.

ఇందులో...కథలు

5. పోస్ట్ మార్టం -66

6. సౌదామిని అపార్ట్‌మెంట్ -77

7. ఊరు-దేవుడు -96

8. యక్షప్రశ్న -110

9. దేవుని జోలె -128

క్షణిక చీకటి భయం

జాతీయ హైవే... రహదారి... రేణుకాంబ ట్రాన్స్‌పోర్ట్ పేరుతో లారీ పూణెకు వెళ్తోంది. పూణె-బెంగళూరు హైవే మీదుగా క్షణమాత్రంలో తిరుగుతున్న వేలాది లారీ-బస్సులలో ఇది కూడా ఒకటి. అప్పటికే గోడౌన్ నుంచి బయలుదేరి దాదాపు రెండు వందల కిలోమీటర్లు దాటింది. రాత్రి సుమారు పదకొండు గంటలైంది. జాతీయ రహదారిపై బెంగుళూరుకు రోజూలాగే వాహనాల ఆర్భాటం విపరీతంగానే ఉంది. సాయంత్రం ఏడు గంటలకు కాఫీ, టీల కోసం ఒకచోట దిగడం తప్ప, ఆకలి వేస్తోందని హైవే ఇరువైపులా ఉన్న వందలాది దాబాలు, హెూటళ్లు, చూసినా లారీ ఆపేవాడు కాదు. అందుకు కారణం రామ్‌సింగ్ భోజనం గమ్మత్తు ముందు కరిబసప్పకు ఇతర దాబాల రుచి అంతగా నచ్చేదికాదు. బెంగుళూరు నుంచి పూణె వెళ్లే ఈ మార్గంలో వచ్చినప్పుడంతా కరిబసప్పకు రామ్‌సింగ్ దాబా పెద్దమాంసం పిచ్చి పట్టింది. రామ్‌సింగ్ దాబాకు ఇతని లారీ కుర్రవాళ్లు ఖాయం గిరాకీలు కావడంతో వచ్చినప్పుడు పరిచయాలకు, కబుర్లకు సుమారు రెండు గంటల సమయాన్ని ఇందుకోసమే కేటాయించేవారు.

"ఏ రామ్ సింగ్... కైసే హెూ... కైసే చల్ రహా హై... క్యా స్పెషల్ హై మేరే కో..." అని పలకరిస్తూ దాబాలో కుడి కాలు పెట్టి లోపలికి వచ్చి ఎక్కువ మంది కస్టమర్లుంటే, ఒక అరగంట బయటే నిలుచునేవాడు. ఆ సమయంలో దాబా పక్కనున్న నీళ్లతొట్టిలోని నీళ్లతో లారీ చక్రాలు, అద్దాలు కడుక్కుని మరో మూడు వందల కిలోమీటర్లు ఆలస్యం చేయకుండా డ్రైవింగ్‌కు కరిబసప్ప సిద్ధమయ్యేవాడు. రామ్‌సింగ్ దాబాలో తన కోసం ఒక గదిని కరిబసప్ప

ఏర్పాటు చేసుకున్నాడు. సారాయి, కల్లు సరఫరా లేదని బోర్డు పెట్టినా దాబా లోపలి గదిలో మాత్రం దీనికి మినహాయింపు వుండేది. రామ్‌సింగ్ నమ్మకమైన, ఖాయం గిరాకీలకు మాత్రమే గేట్ పాస్ ఇచ్చి, తినడానికి, త్రాగడానికి అవకాశం కల్పించాడు.

ఆ రోజు కరిబసప్పతోపాటు ఉన్న మరో ఇద్దరు కుర్రవాళ్లు అక్కడ కూర్చున్నారు. కరిబసప్పకు ఇష్టమైన చికెన్ కబాబ్, తందూరీ చికెన్, బెండె మసాలా, తందూరీ రోటీ, ఆలూ పరోటా, గీ రైస్ –అన్నిటినీ రామ్‌సింగ్‌కు ఆర్డర్ చేసి లోపలి గదిలోకి వెళ్లాడు. ఆ రోజు కరిబసప్పకు జీతం వచ్చింది. యజమాని ఇచ్చిన రెపరెపలాడే ఎనిమిది వేల రూపాయల నోట్లు జేబులో ఉన్నాయి. బిల్లు 800 రూపాయలైనా సంతోషంగా చకచకమని వంద రూపాయల ఎనిమిది నోట్లు లెక్కపెట్టి ఇచ్చాడు. సప్లై చేసిన కుర్రవాడికి 50 రూపాయలు టిప్ ఇచ్చాడు. జర్దాపాన్ నోట పెట్టుకుని బయటికి వచ్చాడు. కరిబసప్ప లారీ దాబా నుండి బయలుదేరేసరికి సుమారు పన్నెండు గంటలైంది.

డ్రైవింగ్ చేసేటప్పుడు రెండు పెగ్గులకన్నా ఎక్కువ తాగని కరిబసప్ప ఆ రోజు తనకు తెలిసో తెలియకో మరో రెండు పెగ్గులు ఎక్కువ తాగాడు. తాగేటప్పుడు, సంతోషంగా మాట్లాడుతున్నప్పుడు, అదుపు తప్పి ఎక్కువగా తాగుతున్నాను అనే స్పృహ కలగలేదు. ఎప్పుడైతే స్టీరింగ్ పట్టుకుని పదికిలోమీటర్లు దూరం దాటాడో అప్పుడు అతనికి తెలిసింది. ఎక్కడో ఏదో తేడాగా ఉన్నట్లు అనిపించింది. తోడుగా వచ్చిన కుర్రవాళ్లు అప్పటికే నిద్ర మత్తులో ఉన్నారు.

“రేయ్, ముండాకొడుకా, బస్యా… ఏం చేస్తున్నావురా…. ఇక్కడ నేను డ్రైవర్‌గా లారీ నడుపుతుంటే, నువ్వు నిద్రమత్తుతో తూగుతున్నావా? చూడరా…. అటువైపు ఇటువైపు వస్తున్న బండ్లను చూడరా…రేయ్… వాడ్ని తిట్టరా… ముండాకొడుకు… ఓవర్ టేక్ చేయడానికి లెఫ్ట్ సైడ్ నుంచి దూరుతున్నాడు… ఎదురుగా బండి ఉండటం కనిపించదా వాడికి….? ముండాకొడుకులకు అర్జంట్‌గా వెళ్లాలి… స్పీడ్‌గా దూసుకుపోవాలనే వ్యసనం…” అని కరిబసప్ప తన పాటికి తాను తిడుతూనే ఉన్నాడు. క్లీనర్ బస్యా అటూ ఇటూ వస్తున్న బండ్లను చూడసాగాడు. దావణగేరి దాటి అప్పటికే చిత్రదుర్గ దారిలో ఉన్నారు.

కరిబసప్ప సుమారు 20 ఏళ్లుగా డ్రైవింగ్ చేస్తున్నాడు. లోడు బండ్లనే ఎక్కువగా నడిపే కరిబసప్పకు దేశంలోని రోడ్లన్నీ అరచేతిలో రేఖల్లా చిరపరిచితమైనవి.

ఆ రోజు డ్రైవింగ్ మామూలుగా లేదు. అదుపు తప్పి తాగడం ఒక కారణమైతే, బండిలోని సరుకును తెల్లవారేసరికి డెలివరీ చేయాలనే ఓనర్ ఆదేశం మరో కారణం. రేపో, మరునాడో అయివుంటే పిచ్చుకలా ఎక్కడో ఒకచోట ఒక కునుకు తీసి, కాస్త టీ, కాఫీ, టిఫిన్ ముగించుకుని వెళ్లివుండొచ్చు. కానీ ఆ రోజు పరిస్థితి అలా లేదు.

లారీ హైవేను వదిలి బైపాస్ రోడ్డుకు చేరుకుంది. బైపాస్ రోడ్డు వేగంగా వెళ్లేటంత సాఫీగా లేదు. ఎగుడుదిగుడులతో, నాసిరకంగా ఉన్న సర్వీస్ రోడ్డును దాటితే చిన్న బస్టాండ్ కనిపిస్తుంది. ఆ బస్టాండ్ దగ్గర సుమారు వందమంది తమ తమ ఊళ్లకు వెళ్లటానికి బస్సు లేదా లారీల వారిని అడుగుతూ తిరుగుతున్నారు. ప్రైవేట్, కెఎస్ఆర్‌టిసి, మరికొన్ని వాహనాలూ, బస్సులు ప్రజల కోసం చూస్తూ అలాగే నిలుచున్నాయి. కరిబసప్ప పూణె వైపు వెళు తున్నాడు. క్లీనర్ బస్యా "పూనా...పూనా" అంటూ అరుస్తున్నాడు.

"రేయ్ బస్యా, ఇక్కడ నుండి ఎవడైనా పూనాకు వస్తాడా...? ముందు దారిలో చూద్దాం, ఎవరైనా దొరుకుతారులే... ఎందుకు బుర్ర పాడుచేసుకుని నోరు చించుకుని అరుస్తావు?"

కరిబసప్ప నిలబడి ఉన్న బండ్లన్నింటినీ పక్కకు తప్పించి ముందుకు సాగాడు. దాదాపు రెండు కిలోమీటర్లు దాటి ఉండవచ్చు. లారీలో వున్న సరుకు యజమాని తనకేమీ పట్టనట్లు గురకలు పెడుతున్నాడు. క్లీనర్ బస్యాను నిద్రాదేవి లాగుతున్నప్పటికీ, డ్రైవర్ అన్న తిడుతాడనే భయంతో నిద్రను ఆపుకుని అటు ఇటు వస్తున్న బండ్లను చూస్తున్నాడు. మనసుకు తోచిన పాటను తెలిసినంత వరకు పాడుతున్నాడు. దాంతోపాటు మళ్లీ ఏదో హిందీపాట గుర్తొచ్చి తమాషా చేస్తూ ఆ పాటని చెడ్డ హిందీ పదాలతో పాడాడు. బస్యా తన నిద్రను దూరంగా తరమడానికి రకరకాలుగా ప్రయత్నించినప్పటికీ, కరిబసప్ప మాత్రం తన పాటికి తాను సీరియస్‌గా లారీ నడుపుతున్నాడు. అన్న సీరియస్‌గా లారీ నడపడం చూసి బస్యా మౌనంగా కూర్చున్న చోటే ఒరిగాడు. లోపల ఉన్న నిద్ర అలాగే

చిన్నగా కమ్ముకుంది.

హైవేకు ఇరుపక్కలా ప్రకాశవంతంగా వెలుగుతున్న సోడియం, సోలార్ లైట్లు స్టీరింగ్ పట్టుకున్న కరిబసప్ప కళ్లను అరక్షణం మసకబరిచాయి.

'ధడ్... ధడ్... అనే శబ్దం ...అమ్మ అనే ఆర్తనాదం...!'

నిద్రమత్తులో ఉన్న బస్యాకు ఆ క్షణంలోనే మెలకువ వచ్చింది. దిక్కు తప్పి సాగుతున్న లారీ స్టీరింగ్‌ను పట్టుకుని "అన్నా..." అని అరిచాడు.

ఆ ఒక్క క్షణం మెరుపు మెరిసిపోయింది. ఆ క్షణంలోనే కరిబసప్ప కాలికి తగిలిన బ్రేక్‌ను గబుక్కున నొక్కాడు. లారీ 'కిర్రు'మని శబ్దం చేస్తూ ఆగింది. లారీలో పడుకున్న ఇంకొక పార్టీ లేచి కూర్చున్నాడు.

"ఏమైంది... ఎవరో అరిచిన శబ్దం వినిపించిందికదా!" అని అడిగాడు.

కరిబసప్ప అరక్షణం మౌనంగా ఉన్నాడు. ఒక్క క్షణం ఏం జరిగిందో అర్థంకాలేదు. హైవే మీద లారీని ఆపకుండా పక్కకు పెట్టి, లైట్ వేసి, స్టీరింగ్ మీద తల ఆనించాడు. బస్యా లారీ నుంచి దిగి ముందరి చక్రాలను చూశాడు. టైర్లకు రక్తపు మరకలు ఉన్నాయి. రక్తపు మరకలు అంటిన రోడ్డును చూస్తూ దాదాపు అర్ధ ఫర్లాంగ్ దూరం వెళ్లినవాడు ఏదో చూసినట్టు భయంతో "అన్నా..." అని పెద్దగా కేకపెట్టాడు.

బస్యా కేక వేసిన వెంటనే కరిబసప్పకు ఆ క్షణం జరిగిందేమిటో తెలుసుకోవటానికి లారీ నుంచి దిగి బస్యా ఉన్న చోటికి వెళ్లాడు. అతడి వెనుకే లారీలో ఉన్న సరుకు యజమాని కూడా వెళ్లాడు.

రెండు శవాలు రక్తపు మడుగులో పడివున్నాయి. ఒకామె శరీరం మీది నుంచి లారీ దూసుకెళ్లింది. నేలకు అంటిన పేడలా మారిన ఆమె చూడటానికి నలభై ఏళ్లకు దగ్గర్లో ఉన్నట్లు కనిపిస్తోంది. మరొక శవం కూడా మహిళదే! ఆమె నడుము కింది భాగం మీద లారీ సులభంగా ఎక్కి దిగింది. "అన్నా, ఆక్సిడెంట్ అయిపోయింది. ఇద్దరూ స్పాట్‌లోనే చనిపోయారు. ఏం చేద్దాం..." అని బస్యా కరిబసప్ప చొక్కా పట్టుకుని అడగసాగాడు. అతను నిల్చున్న స్థలం నుంచి కొద్దిదూరంలో ఆ రెండు శవాలు పడివున్నాయి. దూరంగా బస్టాండ్‌లో నిల్చున్నవారిని ఎక్కించుకుని బస్సులు, లారీలు వస్తున్నాయి. కరిబసప్పకు ఏమీ తోచలేదు. అతని మనసుకు ఏదో బంధనపు మూలం చిక్కుకుంది. లారీ

అక్కడే ఉంది. పోలీసులు వస్తే కేసు, మనసును అంటిన అనుమానపు బాధ అతను తాగిన మత్తులో, ఆ క్షణంలో చేసిన ప్రమాదానికి కారణమైంది. బస్యాను తోసుకుంటూ ఆ శవాలున్న చోటికి వెళ్లాడు.

బస్యా కరిబసప్పను పట్టుకుని లాగుతూ "అన్నా వద్దు... వద్దు... బాడీలో ఏమీ లేదు... ప్రాణాలు అప్పుడే పోయాయి...! బాడీలు ఫుల్ సాపుగా అయిపోయాయి. వద్దు... లారీ ఎక్కి వెళ్లిపోదాం పదా... అటువైపు నుంచి బండ్లు వస్తున్నాయి. అనవసరంగా పట్టుబడుతాం..." అని అరవడం మొదలుపెట్టాడు.

లారీలో ఉన్న మరో పార్టీ కూడా "కరిబసప్పా... ఈ రోడ్లలో రోజూ ప్రమాదాలు జరుగుతుంటాయి.. రోజూ శవాలు పడుతూనే వుంటాయి... వద్దు పదా, రా...వద్దు... రేపే మాల్ పెద్ద పార్టీకి చేర్చాలి" అని అతను కూడా వొత్తిడి పెట్టసాగాడు.

అప్పటికే రెండు మూడు లారీలు రంయ్‌మంటూ వీళ్లను దాటిపోయాయి. లారీలోని కుర్రవాళ్లు 'ఓ...' అంటూ అరిచారు. ఆ రోజు పౌర్ణమి, నేషనల్ హైవే... ...చుట్టుపక్కల బయలుసీమలోని నల్లరేగడి పొలాలు, అక్కడక్కడ కనిపిస్తున్న ముండ్ల చెట్లు, వేప చెట్లు. పున్నమి చంద్రుని కాంతి ఆ బయలుప్రదేశాన్ని పూర్తిగా ఆవరించింది.

కరిబసప్పకు వీళ్ల మాటలేవీ వినిపించలేదు. ఇరవై ఏళ్లుగా ఒక్క రోజు కూడా ఆక్సిడెంట్ చేయని అతడి మనసుకు చిన్న షాక్ తగిలింది.

"లేదు, నేను వాళ్లను చూడాలి" అని అసహనంగా అరిచాడు. మళ్లీ "బతికి ఉంటే ఆస్పత్రికి తీసుకుని వెళదాం" అని అన్నాడు.

"లేదన్నా...ఇద్దరూ ఆడవాళ్లే. ప్రమాదం జరిగిన స్థలంలోనే ప్రాణాలు పోయాయి... ఏమీ ఉపయోగం లేదు, ఈ సమయానికి పోలీసులు కూడా రౌండ్లు కొడుతుంటారు. వద్దన్నా" అని బస్యా అన్నాడు.

బస్యా వెనుక వైపున పడివున్న రెండు శవాలు కరిబసప్పకు కనపించాయి. చనిపోయినవాళ్లలో ఒక మహిళ కట్టుకున్న ఐదు గజాల చీర దాదాపుగా ఊడిపోయి ఎగిరిపోయింది. లంగా పైకి జరిగి ఆమె నగ్నమైన తొడలు రక్తసిక్తమై అస్తవ్యస్తంగా ఉన్నాయి. ఏమీ ఆమె కట్టుకున్న ముదురు ఎరుపురంగు

చీర కరిబసప్ప మనసులో నిలిచిపోయింది. ఈ శవం పక్కనే పడివున్న మరో మృతదేహం చుడీదార్ వేసుకుని వుంది. చూడటానికి వయసొచ్చిన అమ్మాయిలా కనిపిస్తోంది. ఆమె వ్యానిటీ బ్యాగ్ చేతికి అందేటంత దూరంలో పడివుంది. చీర కట్టుకున్న ఆడమనిషి పక్కనున్న ఒక వైర్‌బ్యాగ్‌లోని బట్టలు, చీరలు, లంగాలు రోడ్డు మీద చెల్లాచెదురుగా పడివున్నాయి. చూస్తుంటే వాళ్లు ఏదో ఊరికి బయలుదేరినట్లున్నారు...

కరిబసప్ప ఆ రెండు శవాలను చాలా దగ్గరి నుంచి చూసి భయపడి మళ్లీ లారీ దగ్గరకు వెళ్లి ఇనుప బకెట్‌లోని చల్లటి నీళ్లను ముఖానికి చల్లుకుని తాగిన మత్తును వదుల్చుకోవడానికి ప్రయత్నించాడు. భుజాల మీద ఉన్న పచ్చటి టవల్‌తో మొహం తుడుచుకుంటూ, మళ్లీ శవాల దగ్గరకు పరుగెత్తాడు.

“అన్నా... వద్దు... వద్దు... మనం ఇంతసేపు ఈ శవాల ముందు నిలబడడమే తప్పు...! ఈ యాక్సిడెంట్‌ను చూసినవాళ్లు ఎవరైనా, లారీ నంబర్ నోట్ చేసుకోవచ్చు... వెలుతురు చాలా ఉంది. ఈ రిస్క్ వద్దన్నా...” అని బస్యా అరిచాడు. వాళ్లతోపాటు ఉన్న ఇంకో పార్టీకూడా మనస్సులో తిట్టుకుంటున్నాడు.

కరిబసప్ప ఆ శవాలను దగ్గర నుంచి చూడటానికి పరిగెత్తాడు. దారిలో ఎవరైన యాక్సిడెంట్ చేసినపుడు, ‘మిండెగాళ్లకు పుట్టినోళ్లు, నేరుగా బండి నడపడానికి రాదు, కొంచెం కూడా జ్ఞానం లేకుండా బండి నడుపుతారు, నా కొడుకులు’ అనో లేదా ప్రమాదంలో చిక్కుకుని ప్రాణాలు కోల్పోయినవాళ్లను తిట్టుకుంటూనో జనం సాగిపోతారు. ఇరవై ఏళ్లుగా ఈ రోడ్లలో యాక్సిడెంట్‌కు గురై చనిపోయిన వందలాది అనాథల శవాలను చూసిన కరిబసప్పకు ఈ రోజు తాను క్షణం మైమరచి కళ్లు మూసుకున్న పరిణామంగా రెండు శవాలు రోడ్డు మీద దొర్లాయికదా అనే అపరాధ భావన కలిగింది. ఎక్కడో ఒక చోట మనస్సులో క్షణం మైమరచినందుకు కలిగిన అపరాధ భావన కరిబసప్పను వేధించసాగింది. దూరంలో రెండు లారీలు వేగంగా వస్తున్నాయి. దారిలో వీళ్ల లారీ సైడుకు నిలబడివుండటం, ఆ దార్లో రెండు శవాలు రక్తపుమడుగులో పడివుండటం, ఆ రెండూ ఒకదానికొకటి సంబంధమున్నట్లు ఆ రోడ్డులో వెళుతున్నవారికి అర్థమయ్యేలా ఉన్నాయి. ఒక ఆడమనిషి చీర సగం రోడ్డును

ఆక్రమించినందువల్ల వెనుక నుంచి వస్తున్న బస్సు హెడ్‌లైట్‌లో ఆ శవాలు స్పష్టంగా కనిపిస్తున్నాయి. డ్రైవర్ బస్సును నెమ్మదిగా బ్రేక్ వేసి గేర్ మార్చి మృతదేహాల పక్కనుంచి దారి చేసుకుని వాహనాన్ని ఆపకుండా వెళ్లిపోయాడు. అతని వెనుకే మరో పంజాబీ లారీ వస్తోంది. మొత్తం రెండు లారీలు వరుసగా నిలబడ్డాయి. దిగులుపడిన వాడిలా కరిబసప్ప బస్యా మాటలు వినకుండా ఆ శవాల చుట్టూ తిరుగుతున్నాడు. వస్తున్న బండ్లను ఆపకుండా బస్యా, సరుకు యజమాని చేతులు చూపి 'ముందుకు వెళ్లండి' అంటూ చెప్పి పంపుతున్నారు. బస్సుల్లో ఉన్న జనం కిందికి దిగి ఇటువైపు రాకుండా చూస్తూ, సైగలు చేస్తూ, 'మేం చూసుకుంటాం' అని చెబుతూ ముందుకు సాగనంపుతున్నారు.

కరిబసప్పకు అప్పటికే బుర్ర పాడైపోయింది. అతనికి ఏమనిపించిందో ఏమో, ఆ రెండు మృత దేహాలను మళ్లీ చూడాలనే కోరికతో దగ్గరికి వెళ్లాడు. చీర కట్టుకున్న మొదటి మహిళ ముఖం కనిపించటం లేదు. శవం అటువైపు తిరిగివుంది. మెడలోని తాళి నేలను తాకుతోంది. రవికమీది చీరకొంగు తొలగిపోయింది. కొంచెం వయసుదాటిన మనిషిలా కనిపించింది. ఈమె శవం నుంచి రెండు ఫర్లాంగుల దూరంలో ఉన్న అమ్మాయి ముఖం కూడా మసక మసకగా కనిపించింది. వాళ్లిద్దరూ బ్యాగ్‌లో బట్టలు నింపుకుని ఎక్కడికో బయలుదేరినట్టు కనిపిస్తోంది. ఆమె పక్కన పడివున్న వ్యానిటీ బ్యాగ్‌లో వాళ్లకు సంబంధించిన వివరాలు దొరుకుతాయేమోనని బ్యాగ్‌ను తీసుకోబోయాడు. వెనుక నుంచి పరుగున వచ్చిన బస్యా, సరుకు యజమాని కరిబసప్పను ఆపారు. అతన్ని పట్టుకుని గబగబా లాక్కుంటూ మరోవైపు తీసుకునిపోయారు.

"వదలండ్రా... బోడిముండా కొడుకుల్లారా... పాపం వాళ్లెవరో తెలుసుకుని, వారి బంధువులకైనా విషయం చెబుదాం" అని కరిబసప్ప అరిచాడు.

"నీకు బుర్రపాడైందా...! వాళ్లను బంధువుల ఇంటికి పంపితే మనమంతా మామగారి ఇంటికి వెళ్లాల్సివస్తుంది" సరుకు యజమాని అన్నాడు.

"అది కాదన్నా, యాక్సిడెంట్ చేసింది మనమే... వాళ్లు మన లారీ కింద ఇరుక్కుపోయారు. ఈ పరిస్థితిలో మన లారీ కిందిపడి చనిపోయినవాళ్లను ముట్టుకోవడానికి పోతున్నావుకదా... ఒకవేళ మనం పోలీసులకు దొరికితే జీవితాంతం జైల్లోనే గడపాల్సి వస్తుంది..." అని బస్యా గట్టిగా అన్నాడు.

"అలా కాదు..." కరిబసప్ప ఏదో అనబోతుండగా సరకు యజమాని "చూడు, యాక్సిడెంట్ చేసింది నువ్వు. మొదట మా మాల్‌ను సేఫ్‌గా చేర్చు. తర్వాత నువ్వు ఇటువైపు వచ్చి పరిస్థితి చూసుకో... పోలీసులు... కేసులు ...అయితే నేను బాధ్యుడిని కాను. లారీలోని మాల్ విలువ ఐదులక్షలకు పైనే ఉంటుంది. పిల్లాటలు ఆడుతున్నావా బోసుడికే?" అని సరుకు ఓనర్ దబాయింపుగా అనటంతో కరిబసప్ప స్పృహలోకి వచ్చినట్లు ముఖం చూశాడు.

దూరంలో మరికొన్ని లారీలు, బస్సులు అత్యంత వేగంగా వస్తున్నాయి.

అప్పటికే రాత్రి ఒంటిగంట అయింది.

"అన్నా, పోలీసులు వచ్చే టైం అయింది. ఇంకా ఇక్కడే నిలబడితే ఎవరో ఒకరు లారీ నెంబర్ నోట్ చేసుకుని పోలీసులకు ఇస్తే మనకు ప్రమాదం...! నీకైతే ఎవరున్నారు? నువ్వు పోలీసు, కోర్టును అని తిరగొచ్చు. కానీ నా పరిస్థితి అలా కాదు. నాకు భార్య ఉంది. నాకు ఇలా కోర్టు చుట్టూ తిరగడానికి, ఖర్చు పెట్టడానికి సాధ్యం కాదు" అని బస్యా గట్టిగానే మాట్లాడాడు.

కరిబసప్ప మాట్లాడలేక మౌనం వహించాడు. ఆలస్యం చేయకుండా బకెట్‌లోని నీళ్లను తీసుకుని రక్తం అంటిన టైర్ల మీద విసిరాడు. రక్తపు మరకలు తొలిగేలా చేసి, మరో వాహనం దగ్గరికి వచ్చేలోగా లారీ ఎక్కి స్టీరింగ్ పట్టుకుని నడపసాగాడు. అరగంటలో లారీ దాదాపు నలభై కిలోమీటర్లు దాటింది.

ఆ లారీలో ఉన్న వీళ్లిద్దరికి ఎప్పుడెప్పుడు తాము ఆ శవాలను వదిలి వెళతామా అని అనిపించింది. అదృష్టవశాత్తు యాక్సిడెంట్ చేయటం ఎవ్వరూ చూడకపోతే చాలు అనే ఆలోచనలో ఉంటే, లారీలో ఉన్న సరుకు యజమాని వీలైనంత త్వరగా పూనా పార్టీకి సరుకు అందజేస్తే చాలు అనే ఆలోచనలో మునిగాడు.

లారీ సాగుతోంది. హైవే తారురోడ్డుపై వెళుతున్న లారీ, అంటిన రక్తపు మరకలు అప్పటికే ఆరిపోవటంతోపాటు టైర్లకు అంటిన మట్టితో మరుగైపోయింది. సుమారు మూప్పావు గంట వరకు కరిబసప్ప మాట్లాడనే లేదు. అతను మౌనంగా తన పాటికి తాను లారీ నడుపుతూనే ఉన్నాడు. అదే సమయంలో బస్యా..."అన్నా... ఎంపిత్రీ సీడీ వేయనా?" అని అడిగాడు. కరిబసప్ప కోపంగా చూశాడు. ఆ చూపు అతని నోరు మూయించింది. లారీని

చక్కగా నడుపుతున్నప్పటికీ, తన ఇన్నేళ్ల డ్రైవింగ్‌లో ఒక్క క్షణాన్ని కూడా చీకటిగా చేసుకోక నడిపిన తనకు, ఈ రోజు కమ్మిన క్షణం చీకటి పట్ల బాధ కలిగింది.

అయితే బస్యా అన్న ఒక మాట మాత్రం కరిబసప్ప చెవుల్లో మారుమ్రోగుతూనే ఉంది.

'నీకైతే ఎవరున్నారు?' భార్యపిల్లలు లేనేలేరు. అయితే నాకు అందరూ ఉన్నారు. అతని మాటలు గొడ్డలి పెట్టులా ఉంది. గతంలో తాను చేసిన పెద్ద తప్పును గుర్తుకు తెచ్చింది. కరిబసప్ప మనసు, నున్నటి హైవేలో సాగుతున్న అతని లారీ గాలిని తోసుకుంటూ ముందుకు సాగుతుంటే, కరిబసప్ప మనస్సు, బుద్ధి పరస్పరం వాదనకు దిగాయి–

'నాకు భార్యాపిల్లలు లేరా?'

'ఉన్నారు'

'ఎక్కడున్నారు?'

'నేను ఆమెను వదిలిపెట్టినప్పుడు, ఆమె పుట్టింట్లో ఉంది. ఇప్పుడు ఎక్కడుందో... నాకు తెలియదు..!'

'నీ భార్యతోపాటు చిన్నపాప కూడా ఉండేదికదా?'

'అవును...! నాకు ఒక కూతురు ఉండేది. తన చిన్ని చేతులతో నా వేళ్లను గట్టిగా పట్టుకుంటున్న నా కూతురు...నా కూతురు...'

'వదిలేసి చాలా సంవత్సరాలు గడిచాయికదా?'

'అయ్యో... ఎన్నో ఏళ్లయింది. నేను రామఘడ్ షావుకారు లారీలో డ్రైవర్‌గా చేరి ఇరవై సంవత్సరాలు. ఆయనే కదా, నా పెళ్లికి పదివేలు ఇచ్చాడు'

'మీ భార్యాభర్తలు ఇద్దరూ బాగానే ఉన్నారుకదా...! ఎందుకు? ఏమైంది...? నువ్వు ఆమెను ఎందుకు వదిలేశావు? పైగా రెండేళ్ల పాప కూడా ఉండేదికదా...?'

'అవును. నేనెందుకు వదిలి వచ్చాను...? వదిలి వచ్చిన ఇన్ని సంవత్సరాలు ఆమెకు వ్యతిరేకంగా మౌనపోరాటం చేస్తూనే ఉన్నాను... ఆమె మీద నాకెందుకు కోపం వచ్చింది? నేనెందుకు ఆమెను వదిలి వచ్చాను? వదిలి వచ్చేటప్పుడు నా కూతురి ముఖం చూసివుంటే, ఈ నిర్ణయం నేను తీసుకునేవాడినే కాదు...'

ఆమె గుమ్మంలోనే నిలుచోని 'వద్దండి... వెళ్లకండి...' అంటూ నా వెనుక అరుస్తూ ఉంది. నా వీపు వెనుక నుంచి వినిపిస్తున్న ఆమె ఆర్తనాదాలు, కేకలు, పసిపాప ఏడ్పు.... దేన్నీ విననంతగా చెవిటివాడినయ్యాను. ఎంత పిచ్చివాడినయ్యానో! ఆమె మొహం చూడకుండా పదహారేళ్లు గడిచాయికదా...! నా కూతురు ఇప్పుడు ఎలా ఉందో...?'

'కట్టుకున్న భార్యను వదిలిపెట్టి రావాల్సిన సందర్భం ఏమొచ్చింది?'

'సందర్భం... అలాంటి సందర్భం ఏముండింది? నేనెందుకు వదిలి వచ్చాను..! నేనెందుకు వదిలి వచ్చాను?'

"అన్నా..."

అని బస్యా బిగ్గరగా అరవడం వినిపించింది.

మరోసారి కాలికి తగిలిన బ్రేకును కరిబసప్ప తొక్కగానే, 'కిర్రు'మని లారీ గర్జించింది. "అన్నా, కాఫీ, టీ తాగుదాం... రా" అని బస్యా పిలిచినట్లు అనిపించింది.

"ఇప్పుడు మనం ఎంత దూరం వచ్చాం?"

"అయ్యో... మనం శవాలను దాటి ఇప్పటికే నాలుగు గంటలైంది. వంద మైళ్లు దాటి వచ్చాం...! ఎవరూ మనల్ని పట్టుకోలేరు" అని సరుకు యజమాని అన్నాడు.

బస్యా, సరుకు యజమాని ఇద్దరూ లారీ నుంచి కిందకు దిగారు.

"అన్నా... రావా?" అని బస్యా టీ తాగుదామని అడిగాడు.

"మీరు వెళ్లి తాగుతూ ఉండండి... నేను వస్తాను" అని చెప్పి కరిబసప్ప ఒక్క క్షణం అలాగే కూర్చున్నాడు.

ఒక్కక్షణం చీకటి –మనస్సుకు ఇంత పెద్ద భారాన్ని కలిగిస్తుందని తాను కలలోనూ, మనస్సులోనూ ఆలోచించలేదని తనలో తాను అనుకుంటూ లారీ దిగి పక్కనే ఉన్న మైలురాయిని చూశాడు.

హుబ్లీ క్రాస్ దాటి గంట పైనే అయినా, అతనికి దేనిపట్ల ధ్యాస లేకపోవటం వల్ల, ఆ మైలురాయిపై ఉన్న అక్షరాలు అతని బుర్రకు ఎక్కనేలేదు. దాని మీద 'సాంగ్లీకి వంద కిలోమీటర్లు' అని రాసివుంది. చేతిలోని వాచీని చూసినపుడు సుమారు మూడున్నర అయింది.

"అన్నా, రా... రా... చాయ్ తాగుదువురా" అని బస్యా పిలిచాడు.

కరిబసప్ప నోటికి కూడా వేడి కావాలి. పొగ తలకు ఎక్కాలి. టీ స్టాల్ ఉన్నచోటికి వెళ్లాడు.

స్టాల్ అతను ఇచ్చిన చాయ్ తాగి, జేబులో ఉన్న సిగరెట్ తీసి, కాల్చి, తిరిగి లారీ ఎక్కాడు. కరిబసప్ప తనపాటికి తాను మౌనంగా ఉండటం చూసి బస్యా, సరుకు యజమాని ఎందుకు, ఏమిటి అని అడిగితే, పూణె చేరుకోవడం చాలా కష్టమని మౌనంగా ఉండిపోయారు.

కరిబసప్ప స్టీరింగ్ పట్టుకుని ఇంజన్ ఆన్ చేశాడు. సుమారు నాలుగు గంటల ఆ సమయంలో చుట్టుపక్కల చెట్లు నుంచి వీచే చల్లటి గాలి లారీలో చొరబడింది. కరిబసప్ప కావాలనే కిటికీ తలుపు ఎక్కుగా తెరిచాడు. ముఖానికి గాలి బలంగా కొడుతూ ఉండాలని బండి నడిపేటప్పటి అతని ఆలోచన అది. గాలి బలంగా వీస్తోంది. కరిబసప్ప మళ్లీ పాత జ్ఞాపకాల్లోకి జారిపోయాడు.

'అయ్యో... మా భార్యాభర్తలు ఇద్దరం బాగానే ఉన్నాంకదా...! నేనే స్వయంగా చూసి, ఇష్టపడి పెళ్లి చేసుకున్న అమ్మాయి. మా దూరపు బంధువే...! పెళ్లికి ముందు నేను క్లీనర్‌నే. ఆమెను పెళ్లి చేసుకున్నాక డ్రైవర్‌గా ప్రమోషన్ వచ్చింది. అంతా ఆమె కాలిగుణమేనని సంతోషించానుకదా...!'

అంత అందమైన ముత్యంవంటి భార్యను నేను ఎందుకు విడిచి వచ్చాను. మా మధ్య ఏం జరిగింది? అన్నింటికంటే, నాకు ఇల్లు, సంసారం, పిల్లల పట్ల విరక్తి కలగటం పెద్ద విపత్తులాంటిది. ఈ విపత్తుకు నేనెందుకు భయపడ్డాను? తెలియదు. ఎందుకో ఆ క్షణంలో నా మనసు మాత్రమే కాదు ఆ రోజులే మసకబారాయి. చేబట్టిన భార్యను వదిలేసి మరో స్త్రీ సహవాసానికి అలవాటుపడ్డాను. ఆమె సహవాసం నన్ను నా భార్య నుండి వీలైనంత దూరం చేసింది.

నేనెందుకు ఆమెతో సహవాసం చేశాను? కట్టుకున్న భార్య ప్రేమతో నా కష్టసుఖాలు పాలుపంచుకుంది. రాత్రీ, పగలూ అనే వ్యత్యాసం తేకుండా నాకు పక్క సుఖానికి దేహాన్ని ఇస్తున్న తనను వదిలి నేను వేరే స్త్రీతో సహవాసం చేశాను! డ్రైవర్ ఉద్యోగమంటూ ఇల్లొదిలి నెలల తరబడి దూరంగా ఉండేవాడిని. అలా దూరంలో ఉండగా ఆమెపై ఉన్న మితిమీరిన ప్రేమ అనుమానానికి

దారితీసివుండొచ్చు! అనవసరంగా ఆమెను అనుమానించాను. బుద్ధి చెప్పాల్సిన నా తల్లిదండ్రులు దూరమైన తర్వాత, తాబేలు నడకలాంటి నా జీవితానికి మరింత అనుభవం కావాల్సి వచ్చింది.

పెళ్లి చేసుకుని ఆమెను భరమల్లి గ్రామానికి తీసుకొచ్చిన తర్వాత సంసార భారాన్ని మోస్తూ రెండేళ్లు కష్టపడింది ఆమేకదా! ఇవన్నీ ఆమెను విడిచి వచ్చేటప్పుడు, ఆ క్షణంలో ఎందుకు గుర్తుకురాలేదు? ఒక్కక్షణంలో సంబంధాన్ని తెంచుకుని, ముఖం చూడకుండా వందల మైళ్ల దూరంలో ఆమెను వదిలేసి వచ్చానుకదా! వచ్చిన తర్వాత ఆమె గురించి ఒక్కక్షణం కూడా ఆలోచించలేదు. ఆమెపట్ల నా మొండి పట్టుదలను సాధిస్తూనే ఉన్నాను. అది ఎలాంటి పట్టుదల...? తప్పు చేయని భార్య మీద అంత మొండితనం సాధించటానికి ఏముంది? ఆమె చెప్పిన కఠోర సత్యమా!

పెళ్లికి ముందు ఆమె ఒకణ్ణి ప్రేమించింది. ఒక్కరాత్రి అతనితో గడిపింది, చిన్నవయస్సులోనే తప్పు చేశానని ఆమె ఏడుస్తూ చెప్పుకోవటం నేనెందుకు తీవ్రంగా తీసుకున్నాను. ఆమె మాటలకు నేను విలువ ఇవ్వలేదు... పెళ్లికి ముందు తప్పు చేసింది. ఆ విషయాన్ని ఎలాంటి సంకోచం లేకుండా నాతో పంచుకుంది. ప్రతిదీ క్షమించగలననే నమ్మకంతో చెప్పుకుంది.

'ప్రేమించటం అటుండనీ... అయితే చిన్న వయసులోనే అతనితో పడుకున్నానని చెప్పిన నిజాన్ని నేను భరించగలనా? దీన్ని నేనెందుకు క్షమించాలి...! నిజానికి ఆమెకు నేను భర్తను కాకముందు, నాకూ స్త్రీలతో సంబంధాలు ఉన్నాయి. వ్యభిచారకలాపాలు తక్కువేమి లేవు. అయితే మగవాడైనా నాకు నేను చేసింది సరైంది. కానీ ఆమె చేసింది తప్పు'.

'పడుకున్నవాడిని ఎందుకు పెళ్లి చేసుకోలేదు?' అని అడిగాను.

'పెళ్లి కావాల్సింది, చర్చలన్నీ అయిపోయాయి. పెళ్లి కావటానికి ముందే తాను చేసిన అప్పు తీర్చలేక భయంతో చనిపోయాడు. అతన్ని ప్రేమించాను. పడుకున్నాను. మా జీవితంలో బిడ్డకు జన్మనివ్వటానికి మేము సిద్ధం కావటానికి ముందే విధి అతన్ని నా నుండి దూరం చేసింది. ఏం చేయగలను..?'

'ఈ విషయం పెళ్లికి ముందే నాకెందుకు చెప్పలేదు?'

'నా తండ్రి ... మీ తండ్రితో మాట్లాడు. అంతా చెప్పాడు. ఏలాంటి

దాపరికం లేకుండా చెప్పాడు. 'మా అబ్బాయి తక్కువైనవాడు కాదు...! ఇతను కూడా కనిపించిన ఆడవాళ్లతో సహవాసం చేస్తున్నాడని తెలిసే, నేను అతనికి మూగుతాడు వేయటానికి మీ ఇంటి అమ్మాయిని అడుగుతున్నాను' అని అన్నాడు. మీకిది తెలిసివుండాలి కదా...!" అని ఆమె దీనంగా అడిగింది.

'లేదు... నాకు తెలియదు. నువ్వు చేసేది, చెప్పేది చూస్తుంటే ఈ బిడ్డమీద నాకు అనుమానం కలుగుతోంది...!'

'అయ్యో... ఏ దేవుడి మీద ప్రమాణం చేయాలో చెప్పండి... ఈ బిడ్డ మీదే...!'

'అతను నన్ను ప్రేమించాడు... ప్రేమమీది నమ్మకంతో నేను సహకరించాను. కానీ అతన్ని వివాహం చేసుకునే అదృష్టం మాత్రం నాకు లేదు. అతనితో నాకు ఉన్న ఋణానుబంధం అంతే. ఋణం ఉండివుంటే, అతనితోనే జీవితం గడిపేదాన్ని. అంతేకాని ఇలా నిలబడి మీతో వాదించేదాన్నా? పోగొట్టుకున్న ఋణపు అసహ్యాన్ని మళ్లీ ఎందుకు కెలుకుతున్నారు? నేను మర్చిపోయాను. అతను చనిపోయి మట్టిలో కలిసిపోయాడు, అతని జ్ఞాపకాలతో జీవితాంతం నా జీవితాన్ని గడపాలని అనుకోలేదు. మీతో కొత్త జీవితం వెతుక్కుంటూ వచ్చాను. మీరే నాకూ, ఈ బిడ్డకూ దైవం' -అని నా భార్య ఎంత అద్భుతమైన మాట అన్నది.

ఆ మాటను నేను సరిగ్గా అర్థం చేసుకునివుంటే ఇన్ని సంవత్సరాలు ఆమెను వదిలి దూరంగా ఉండగలిగేవాడినా?

ఇలా నాతో ఏడ్చి, మొత్తుకుని, బతిమిలాడినా ఆ రోజు నా మనసు ఎందుకు కరగలేదు...!

లారీ హైవే దాటి నగరం వైపు వచ్చింది. తెల్లవారుజామున ఐదు గంటలైంది, రోడ్డు పక్కన ఉన్న వీధి దీపాలన్నీ మెల్లగా ఆరిపోతున్నాయి. రోడ్డంతా పొగమంచు కమ్ముకునివుంది. ఉన్న హెడ్‌లైట్ల వెలుతురులోనే లారీ బుస్సు బుస్సుమని సాగుతూవుంది. సమీపంలోని బస్టాప్‌కు వచ్చినపుడు చుట్టూ మరాఠీ, హిందీ మాటలు వినిపించసాగాయి.

కర్నాటక సరిహద్దు నుంచి సుమారు 150 కిలోమీటర్లు దాటింది. లారీ సర్కిల్ దగ్గరకు రాగానే అటువైపు నుంచి టెంపో బస్సుల డ్రైవర్లు మోగిస్తున్న

హారన్ శబ్దాలు వినిపిస్తున్నాయి.

"సాంగ్లీ... సాంగ్లీ..." అంటూ బస్సు, టెంపో జనాలు అరుస్తున్నారు.

"అన్నా, ఐదు గంటలైంది. కాళ్లుచేతులు, ముఖం కడుక్కుంటావా?... టాయ్‌లెట్‌కు పోవడానికి ఇక్కడ చెరువు కూడా ఉంది. అన్నీ ఇక్కడే పూర్తి చేసుకుని చాయ్ తాగి మళ్లీ బయలుదేరుదాం" అని బస్యా అన్నాడు.

"సరే..." అంటూ కరిబసప్ప లారీ నుంచి దిగాడు.

బోర్డే పెట్రోల్ పంపుకు చేరాలంటే మరో పది కిలోమీటర్లు వెళ్లాలి. రాత్రంతా మనసుకు కలిగిన బాధను గుర్తు చేసుకుంటూ ఇంత దూరం ఎలా డ్రైవ్ చేసుకుంటూ వచ్చాడన్నదే కరిబసప్ప అసందర్భాల మధ్య జరిగిన ఆశ్చర్యకరమైన విషయం.

సర్కిల్ సమీపంలోని కోణకర్ టీ స్టాల్ దగ్గర చాయ్ తాగి, బస్యా "రైట్... రైట్..." అంటూ కిటికీ తలుపు కొట్టాడు.

లారీ ప్రయాణం మళ్లీ మొదలైంది.

'నేను ఇంటికి వెళ్లిన ప్రతిసారీ అసహ్యకరమైన ఆమె పాత కార్యాన్ని కెలికి కెలికి ఎందుకు మాట్లాడేవాడినో నాకు ఇప్పటికీ అర్థం కాలేదు. ఆమెతో పక్కను చేరటానికి కూడా నాకు మనస్కరించలేదు. భోజనం-టిఫిన్ ఏదీ ఇంట్లో చేసేవాడ్ని కాదు. ఇలా చేయాలనే ఆలోచన నాకు అప్పుడు ఎందుకు వచ్చింది?'

'ఆమె అడిగింది ఒక్కటే, క్షమాపణ! ఆమె తల్లీదండ్రులు చేసిన ఒక తప్పు. వయసైపోయింది ఆమె భవిష్యత్ జీవితం ఎలా అని ఆలోచించి పెళ్లి చేశారు. పాత విషయాలన్నీ మరచిపోయి నాతో రెండేళ్లు సంసారం చేసింది. ఆమె నా మితిమీరిన తాగుడును, పరస్త్రీల సహవాసాన్ని భరించింది. నేను క్షమించి ఉండాల్సింది. మళ్లీ సంసారం కొనసాగించి ఉండొచ్చు. నా ముద్దుల కూతుర్ని చూసైనా సంసారాన్ని సాగించివుండొచ్చు. కానీ నేను అలా చేయలేదు, ఎందుకు చేయలేదు, ఏ మొండితనం సాధించటం కోసం అలా చేశానా?'

'వ్యసనం తగ్గి, మొండితనం పెరిగింది. అనుమానాన్ని ఒళ్లంతా పులుముకుని నేను ఆమెను పుట్టింట్లో వదిలేశాను. నీ జీవితం నువ్వు చూసుకో... నా జీవితం నేను చూసుకుంటాను' అని ముఖం మీద చెప్పి వచ్చేశాను. ఆమె ముసలి తల్లిదండ్రులు కన్నీళ్లు కార్చుతూ తలుపుల దగ్గర కూర్చున్నారు.

ఇరుగుపొరుగువారు కూడా చేరారు. మా ఇద్దరినీ కలపటానికి, మధ్యవర్తిత్వం వహించటానికి ముందుకొచ్చారు. నేను ఏదీ పట్టించుకోకుండా దేశాంతరం వచ్చేశాను. ఆమె తనను క్షమించమని ఏడుస్తూ అడిగింది. రోదించింది. ఆర్తనాదాలు చేసింది. అప్పుడు ఆమె అనుభవిస్తున్న బాధ నాకు అర్థంకాలేదు'

'ఆమెను వదిలి వచ్చి, వందలాది కిలోమీటర్ల దూరంలో ఉన్న నాకు, ఆమె దగ్గరికి వెళ్లాలని ఎప్పుడూ అనిపించలేదు. ఎందుకో కూడా తెలియదు. నేను రెండో పెళ్లి చేసుకోకపోవడానికి కారణం కూడా నేను చేసిన తప్పు వల్లనే! నేను తప్పు చేశాను. క్షణపు చీకటి సుడిగుండంలో చిక్కుకుని ఆమెపై తప్పు మోపి వచ్చేశాను! నా తప్పు తెలుసుకున్నాను. ఆమెకు నా ముఖం ఎలా చూపించగలను? ఆమె నన్ను క్షమిస్తుంది. ఎన్నెన్నో మాట్లాడిన తర్వాత ఇంతకు ముందులా నాతో సంసారం చేస్తుందా? భయపడ్డాను. ఆమె మొహం చూడటానికి సంకోచించాను. నేను చేసిన తప్పుకు దూరంగా ఉండిపోయాను. ఆమె బాగుంటే చాలని మౌనంగా ఉండిపోయాను. చేసిన తప్పుకు పశ్చాత్తాప పడుతూ గుండెలో బాధను నింపుకుని ఇన్ని సంవత్సరాలు గడిపాను'.

"కరిబసప్పా, పూనా వచ్చింది. సరుకు దించాల్సింది ఇక్కడే" అని సరుకు యజమాని దారి చూపించాడు. ఆయన చూపిన మార్గంలో సాగుతూ 406, గణేష్‌పేట, పూనా- చేరేసరికి మధ్యాహ్నం పన్నెండు గంటలైంది.

గోడౌన్ చేరుకోగానే సరుకు యజమాని కిందికి దిగి ఆఫీస్ లోపలికి పరుగు తీశాడు. హమాలీలు అన్‌లోడ్ చేయడానికి పరుగున వచ్చారు. బస్యా పైన వేసిన టార్పాల్‌ను తీసివేసి "అన్‌లోడ్ కరో... భాయ్" అని హమాలీలతో అన్నాడు.

'వదిలిలేసి వచ్చిన నా భార్య నన్ను క్షమిస్తుందా? నా కూతురు ఇప్పుడు ఎంత పెద్దదై వుండొచ్చు! ఆమెకు ఇప్పుడు పెళ్లి వయసు వచ్చి ఉంటుందా? నేను ఇంకెప్పుడూ రానని ఆమే అబ్బాయిని చూసి పెళ్లిచేసిందా? మగవాడైన తాను ఇన్నేళ్లు ఎలాగో గడిపాడు. ఆమె ఒంటరి మహిళ. భర్త ఆమెను వదిలేసి వెళ్లాడు అని చెప్పే సమాజంలో ఆమె ఎలా జీవించింది? లేదా నేను వదిలి వెళ్లిన తర్వాత జీవితంతో విసిగిపోయి ఆత్మహత్య చేసుకుందా? లేదు ...ఆమె చనిపోయి వుండదు. నా స్త్రీ ఆత్మహత్య చేసుకునే మనిషి కాదు. ఆమె తప్పేమీ

లేదని తెలిసే ఇన్నేళ్లూ వ్యర్థమైన మొండితనంతో గడిపాను. జీవితాన్ని ఇలాగే కొనసాగించడంలో అర్థమే లేదు. అందువల్ల తప్పు చేసిన నేనే వెళ్లి ఆమె కాళ్లు పట్టుకుంటాను. ఇన్నేళ్ల ఈ వ్యర్థమైన జీవితం గడిపింది చాలు! నా కోసం ఎదురుచూసే భార్య, కూతురు ఉండగా ఇలా ఒంటరిగా ఎందుకు బ్రతకాలి?' –కరిబసప్ప మనసులో ఈ ఆలోచనలన్నీ అలల్లా తోసుకొచ్చి ఒడ్డును చేరాయి.

బస్యా లారీ దగ్గరికి వచ్చి "అన్నా... బండి అన్‌లోడ్ అయింది. అటు వైపు స్టాండ్‌లో పెట్టన్నా... కొంచెం కడుపులో ఏదైనా వేసుకుని వద్దాం..." అన్నాడు.

లారీని తిప్పి స్టాండ్‌లో పెట్టి, కరిబసప్ప మళ్లీ అదే ఆలోచనలో పడ్డాడు. బస్యా, సరుకు యజమాని ఇద్దరూ భోజనానికి పిలిచారు. "నాకెందుకో ఆకలిగా లేదు...! మీరు వెళ్లండి, నేను తర్వాత భోంచేస్తాను" అని చెప్పి కరిబసప్ప లారీలోనే కూర్చున్నాడు.

సరుకు యజమాని వచ్చి, "రాత్రి ఇద్దరు ఆడవాళ్లను యాక్సిడెంట్ చేశావుకదా, గుర్తుందా?" అని అడిగాడు.

కరిబసప్ప మాట్లాడలేదు. తన పాత జ్ఞాపకాల బాధలను మనసులో దాచుకుని ఆలోచిస్తున్న ఇతనికి ప్రమాదంలో చనిపోయిన వాళ్లిద్దరూ గుర్తుకొచ్చారు. ఒక్క క్షణం చీకటిలో జరిగిన యాక్సిడెంట్ వల్ల ఇద్దరూ రక్తపు మడుగులో చనిపోయారు! ఛ. ఒకరు స్త్రీ, మరొకరు ఇంకా చిన్న పిల్ల. ఆ స్త్రీ కట్టుకున్న చీరరంగు ఇంకా మనసులో ఉంది.

అలాగే పడుకున్న అతను మళ్లీ రాత్రి పూనా నుంచి బయలుదేరి, మరుసటి రోజు బరమఘుడ వద్ద లారీని వదిలి ఓనర్‌ను ఓ నెలరోజులు సెలవు కావాలని అడిగాడు. భార్యను, కూతురును చూడాలనే తీవ్రమైన కోరికతో బయలుదేరడానికి సిద్ధమయ్యాడు.

ఏదో ఒకరోజున తన భార్యను చూసే పరిస్థితి తప్పకుండా వస్తుందని ఆలోచించిన కరిబసప్ప కొద్దోగొప్పో డబ్బును పొదుపు చేసి బ్యాంకులో డిపాజిట్ చేశాడు. అలా ఇన్నేళ్లు పొదుపు చేసి పెట్టిన రెండు లక్షలను బ్యాంక్ నుంచి తీసుకుని, దీంతో కూతురు పెళ్లి చేయొచ్చని ఆలోచించి, భార్య పుట్టిన ఊరైన మాగరాణికి వెళ్లే బస్సు ఎక్కాడు.

ఆమె పుట్టిన ఊరు మాగరాణి చాలా మారిపోయింది. ఊరంతా ఉన్న పెంకుటిళ్లన్ని ఇప్పుడు బిల్డింగ్‌లు అయ్యాయి. ఇదే దారిలో ఆమె, తానూ పెళ్లి ఊరేగింపులో నడిచారు, అందరూ తమ ఇంటి గుమ్మంలో నిలబడి ఆశీర్వదించారు. నూరేళ్లు సంసారం చేయాలని దీవించారు. ఆ మాటలు ఎన్నో ఏళ్ల తర్వాత ఆ దారిలో నడుస్తుంటే మళ్లీ విన్నట్టు అనిపించింది. లోపల చిరుసంతోషం. ఆ సంతోష భారాన్ని మోసే మనసు ఆ సమయంలో అతనికి లేదు. కరిబసప్ప మనసులో ఒక విధమైన భయం, సంకోచం, ఒకింత సంతోషం వేధించసాగాయి. రోడ్డు మీద నడుస్తూ మామగారి ఇల్లు వెతుక్కుంటూ వచ్చాడు. ఇన్నేళ్లుగా పాత జ్ఞాపకాలను దాచుకుని వచ్చిన అతను భార్య ఇంటిని గుర్తుపట్టి లోపలికి వెళ్లాడు.

అదే ఇల్లు... కాస్త రిపేర్లు చేశారు, అంతే. ఇదే ఇంటి గుమ్మం దగ్గర నిలబడి నా భార్య అరిచి అరిచి పిలిచింది. నన్ను వదిలి వెళ్లకండి అని ఏడ్చి, ఏడ్చి మొత్తుకుంది. నేను ఆమె మాటలు పెడచెవిన పెట్టాను. ఆమె ప్రేమ విలువ అర్థం కాలేదు. అనుమానాల సుడిగుండంలో చిక్కుకున్న నాకు నా తప్పు అర్థం కావడానికి ఇన్నేళ్లు పట్టింది. కరిబసప్ప ఇల్లంతా తిరిగాడు. ఇంటి మూలలో చిన్న దీపం వెలుగుతూ ఉంది. అక్కడ పూలు రాశిగా పడివున్నాయి. ఇంటి పెరట్లో ఉన్న ఓ ముసలిది వచ్చింది. ఆమె నా ముఖం చూసి గుర్తు పట్టింది. వెక్కి వెక్కి ఏడ్వసాగింది.

"నీ భార్య, కూతురి ముఖం చూడటానికి వచ్చావా?" అని అడిగింది.

కరిబసప్ప "అవును... ఏమైంది?" అని గుండెలోని బాధనంతా అణుచుకుని అడిగాడు.

"ఉన్నప్పుడు రాలేదు... చనిపోయిన తర్వాతైనా వచ్చావుకదా...ఇప్పుడే వారి శవాలను మోసుకుని చెరువు ఒడ్డున దహనం చేయడానికి శ్మశానానికి తీసుకుని వెళ్లారు... త్వరగా వెళ్లు. లేకపోతే చూడటానికి నీ భార్య, కూతురి ముఖాలు కూడా దొరకవు..." అని చెప్పింది.

"ఎందుకు... ఎలా జరిగింది..?" గుండెనంతా ఆక్రమించిన బాధతో అడిగాడు.

"నువ్వు బరమఘడ షావుకారు దగ్గర డ్రైవర్‌గా ఉన్నావని ఎవరో ఈమెకు

చెప్పారు. నిన్ను వెతుక్కుంటూ తల్లీ కూతుళ్లు మొన్ననే ఊరు నుంచి బయలుదేరారు. కూతురికి మంచి సంబంధం వచ్చింది. తన భర్తను కూతురి పెళ్లికైనా తీసుకుని వస్తానని వీధి వాళ్లందరికీ చెప్పి ఊరు వదిలింది... ప్రాణాలతో తిరిగి వచ్చివుంటే ఈ బాధ ఉండేది కాదయ్యా... ఈ దేవుడు ఆమె జీవితంలో సుఖాన్నే రాయలేదప్పా... రాత్రి హైవే దగ్గర యాక్సిడెంట్‌లో వాళ్లు చచ్చిపోయారప్పా..." అని ఏడుస్తూ ఆ ముసలిది చెప్పినపుడు, కరిబసప్పకు హైవేలో జరిగిన యాక్సిడెంట్‌లో చనిపోయిన ఆ ఇద్దరి ముఖాలు, శరీరాలు, కట్టుకున్న చీర మళ్లీ గుర్తుకొచ్చాయి.

కరిబసప్ప ముఖంలో చెమటలు పట్టాయి. దేవుడు ఎలాంటి శిక్ష విధించాడుకదా. ఈ శిక్ష కంటే నా భార్య-కూతురు ఎలాంటి బాధామయమైన భారాన్ని నా మీద మోపి వెళ్లిపోయారుకదా...! ఈ జీవితమే వద్దు, ఆమె బాధల బరువును నేను మోయలేను.. ఆ రోజు అదే అజ్ఞానపు క్షణిక చీకటి నా జీవితాన్నే నాశనం చేసింది. ఈ రోజు దేవుడు కావాలనే క్షణిక చీకటిని ఒడ్డి పెద్ద దెబ్బనే వేశాడు.

కరిబసప్ప స్మశానం వైపు తల తిప్పకుండా వచ్చేశాడు. వెనుక నుంచి ఆ ముసలిది బిగ్గరగా పిలుస్తూవుంది. "కనీసం భార్య-కూతురి ముఖాలైనా చూసుకుని వెళ్లు... అలాగే వెళ్లిపోకు..." అని అరిచి చెబుతున్నప్పటికీ, కరిబసప్పకు ఆ ముసలిదాని మాటలు వినిపించలేదు. ఏదో దిశలో మౌనంగా నడుస్తున్నాడు... మనసులో మాత్రం భార్య మోపిన భారాన్ని మోయటానికి ఇష్టమున్నట్టు కనిపించలేదు.

క్షణిక చీకటి భయం మధ్య భార్య అంతరంగంలోని బాధను వెతుకుతూ బయలుదేరాడు.

❖

అమ్మ ఆటోగ్రాఫ్

'అమ్మ' అన్న క్షణమే మనసులో ఏర్పడేది ఒకవిధమైన అవ్యక్తభావన. తీరని మోహం. తుడిచివేయలేని అపరిమితమైన జ్ఞాపకాలు. ఆమె సమస్త ప్రపంచంలోని సంతోషాన్నే తనలో పెట్టుకుని పిల్లలకు పంచుతుంది. వాళ్ల జీవితానికి వెలుగవుతుంది. అమ్మ పట్ల ప్రేమను ఈ మూలకంగా చెప్పటం చాలా కష్టం. నా చిన్నప్పటి నుంచి నాకు కనిపించేది ఆమె స్నిగ్ధమైన నవ్వు మాటలు... దాంతోపాటు చక్కగా చదువుకుని, చక్కటి సంస్కారతో కూడిన కొడుకును కావాలని కోరుకునే మాటలు. దూరంలో ఎక్కడో ఉండి గుండెను రాయి చేసుకుని, ఒళ్ళువంచి శ్రమించి నా జీవితం బాగుపడాలని కలలుకనేది. ఆమె వారానికి ఒకసారి రాసిన ఉత్తరాలు ఈరోజు నా జ్ఞాపకాల ట్రంకులో అలాగే ఉన్నాయి. వాటిని అప్పుడప్పుడు చూస్తూ ఉంటాను. నాలుగవ తరగతి వరకు చదువుకున్నప్పటికీ ముత్యాల్లా రాస్తున్న అమ్మ కన్నడ అక్షరాలను చూడడమే ఒక ఆనందం. ఈరోజు మొబైల్, ఫేస్ బుక్, ట్విట్టర్లలలో, క్షణానికి ఒకసారైనా సంచరిస్తూ ఉంటాను. నా శరీరం బలిసి చెట్టులా పెరిగింది. అప్పటి రోజులలో నేను చదువుకుంటున్నప్పుడు, సిరికిలోని పోస్టాఫీస్ ప్రాంగణంలోకి వెళ్లి కొడుకు కోసమే రాసిపెట్టుకున్న ప్రేమపూరితమైన ఉత్తరాన్ని పోస్ట్ బాక్స్‌లో వేస్తున్న సన్నివేశం నా కళ్లముందుకు వస్తుంది. కొడుకు ప్రపంచానికి తల్లిప్రేమ దూరంగా ఉన్నప్పటికీ, ఉత్తరాల ద్వారా ప్రేమ, మమతలను పంపిస్తున్న ఆ రోజులను జ్ఞాపకం చేసుకుంటే అమ్మను బిగువుగా హత్తుకునేటట్టు చేస్తుంది. ఆమె రాసిన ఉత్తరాల పంక్తులలో ఎలాంటి అంతరంగం ఉండేది, ఆమె ఆంతర్యపు దృష్టితో చూసినప్పుడు అమ్మ పరిజ్ఞానం ఇప్పుడు అర్థమవుతుంది.

ప్రియమైన అమ్మకు నమస్కారాలు.

నీ ఆశీర్వాదం వల్ల నేను బాగున్నాను. నువ్వు పంపిన డబ్బు అందింది. నీ ఆరోగ్యం ఎలావుందో ఉత్తరం చేరిన వెంటనే జవాబు ఇవ్వు.

అమ్మా, దయచేసి నన్ను క్షమించు. ఈసారి నేను మ్యాథ్స్‌లోనూ, సైన్సులోనూ అతి తక్కువ మార్కులు తెచ్చుకున్నాను. కష్టపడి చదివాను. అయినా ఆశించిన మార్కులు రానేలేదు. రాబోయే పరీక్షల్లో కచ్చితంగా మంచిమార్కులు తెచ్చుకుంటాను. నువ్వు నన్ను క్షమిస్తావని భావిస్తున్నాను.

ఇలా నేను రాసిన ఉత్తరానికి అమ్మ మరొక విధంగా జవాబు రాసింది.

ప్రియమైన సుభాష్,

మీ అమ్మ ఆశీస్సులు.

బాబూ, నీ ఉత్తరం అందింది. మొదట నా ఆరోగ్యంకన్నా నీ ఆరోగ్యంపట్ల ఎక్కువ శ్రద్ధ వహించు. బాబూ, నీ జీవితం గురించి నాకు గొప్ప కలలేమీ లేవు. అయితే చదువు అందరికీ అబ్బేది కాదు. నాకు దొరికింది చాలా తక్కువ. దొరికిన అవకాశంలో ఎంతో చదివి, ఎలాగో బ్రతికి, ఇప్పుడు ఇలా ఉన్నాను. అంతే! అయితే నేను బాగా చదువుకునివుంటే ఎక్కడో ఉండేదాన్ని. నా తల్లిదండ్రులు నాకు మంచి సంబంధం చూసి, ప్రభుత్వ ఉద్యోగంలో ఉన్నవాడికో, లేదా బాగా అనుకూలంగా వాడికో నన్ను ఇచ్చి వివాహం చేసి వుండేవారో ఏమో? కానీ నా జీవితంలో అలా జరగనే లేదు. అన్నీ రాసిపెట్టుకుని వచ్చివుండాలని అంటారుకదా! కానీ నా జీవితంలో చదువు ఎండమావిగా మారింది. నా జీవితంలో ఈ విధంగా భర్తను కోల్పోయి ఒంటరిగా జీవించే పరిస్థితి వచ్చేదికాదు బాబూ. ఈ విధమైన ఆలోచన ఎప్పుడో ఒకసారి వచ్చింది. కానీ ఆ క్షణం తర్వాత అలా ఆలోచించటం తప్పు అని నాకు అర్థమైంది. నన్ను చదివించలేదని నా తల్లిదండ్రులను నేనెప్పుడూ నిందించలేదు. వాళ్ళు తమ శక్తికి తగ్గట్టుగా నన్ను నాలుగో తరగతి వరకు చదివించారు. నా అదృష్టంలో అంతే రాసిపెట్టి వుంది. అలాగని నీ తాత-అమ్మమ్మను నేనెప్పుడూ నిందించను. తమ బాధ్యతల నుంచి తొందరగా తప్పుకోవాలనేమో కూలీనాలీ చేసుకునే మీ నాన్నకు నన్ను ఇచ్చి పెళ్లిచేశారు. ఆడపిల్లగా పుట్టిన తర్వాత పుట్టింటికి ఎక్కువకాలం భారం కాకూడదు. ఆడపిల్లను కన్న తల్లిదండ్రుల బాధను నేను అర్థం

చేసుకోగలను. నా అదృష్టానికి నా తల్లికి ఈ విధమైన బాధను నేను కలిగించలేదు. ఇంక మీ నాన్న గురించి నేను ఏమీ చెప్పగలను? మీ నాన్న చాలామంచి మనిషి. పేరుకు నా జీవితానికి అతను కేవలం భర్త మాత్రమే. అతను ఎల్లప్పుడూ సుఖాన్ని కోరుకునే మనిషి. అంతే! నా జీవితానికి నీలాంటి ముద్దుల కొడుకును ఇచ్చి తొందరగా వెళ్లిపోయాడు. అతని జ్ఞాపకాలు ఇప్పుడు నామనస్సులో ఆవగింజంత కూడా లేదు. భర్త లేడని నేను విచారించటం లేదు. జీవితాన్ని ఎలా కొనసాగించాలి, ఎలా బతకాలి అన్నది, ఖాళీగా ఇంట్లో కూర్చుని ఉన్నప్పుడే మీ నాన్న నాకు నేర్పించాడు. అందువల్ల జీవితం అంటే ఏమిటో నాకు తెలుసు బాబు. ప్రస్తుతం నాది సగం కాలిన శరీరం. తీరని కోరికల వల్ల మనసు కంపు కొడుతుంది. అన్నిటిని హింసిస్తుంది. ప్రస్తుతం వందలాది కలలు ఇంకా అలాగే ఉన్నాయి.

బాబూ, నాకు బాగా చదువుకోవాలని మనసులో ఉండేది. కానీ అది జరగలేదు. జీవితాంతం సౌభాగ్యవతిగా పదిమంది పిల్లలను కనాలని కలలు కనేదాన్ని. అది కూడా జరగలేదు. నా జీవితం ఇంతే బాబూ. దేవుడికి నామీద ఉన్న కరుణ ఇంతే. ఇలాగే బతకమని రాశాడు. నేను అలాగే జీవిస్తున్నాను. నా జీవితంలోని కోరికలన్నీ ఇప్పుడు చచ్చిపోయి ఉండొచ్చు. కానీ నా కలలు ఇంకా కొన్ని అలాగే ఉన్నాయి కన్నా. ఆ కలలన్నీ నేను నీ ముఖంలో చూస్తున్నాను. బహుశా నాలాగే మరో అమ్మాయి కలలు కంటూ వుండొచ్చు. మంచి భర్త, జేబునిండా జీతం, ప్రేమగా చూసుకోవాల్సిన బాధ్యతగల భర్త కోసం ఎదురుచూస్తుండవచ్చు. వాటన్నిటినీ నువ్వు నెరవేర్చాలి. నీ చేయి పట్టుకుని నీ వెంట వచ్చిన అమ్మాయికి ఇవన్నీ నువ్వు ఇవ్వాలి. నీ భార్య జీవితం నాలా కాకూడదు బాబూ... అదే నా కల.

నువ్వు బాగా చదువుకో. నీ ప్రయత్నం నువ్వు చెయ్. మార్కులు తక్కువ వచ్చాయని విచారించకు. నేను తిట్టను. కొట్టను. కొట్టించుకునే రోజులు కూడా ముగిశాయి. నా జీవితాన్ని నువ్వు కొంచెమైనా చూశావు. ఈ రకమైన చీకటి బతుకు నీకు వద్దు బాబూ. అందువల్ల మంచి విషయాలపై దృష్టి పెట్టు. చదువుకో. మంచి పిల్లలతో స్నేహం చెయ్. వచ్చేనెలకు సరిపడా డబ్బులు వెంటనే పంపుతాను.

మరొకసారి నీకు మంచి జరగాలని ఆశీర్వదిస్తూ ...

ఇట్లు మీ

అమ్మ

అమ్మ రాసిన ఈ ఉత్తరం ఇప్పటికీ నా బ్యాగ్‌లోనే ఉంది. నాతోపాటు అనేక దేశాలు తిరిగి వచ్చింది. నాకు బాధగా అనిపించినప్పుడల్లా, ఈ ఉత్తరం ద్వారా అమ్మ హృదయాన్ని ఆమె అక్షరాలలో చూసి కన్నీళ్ళు కార్చుతాను. ఆమె రాస్తున్న ఉత్తరాల్లో నా పట్ల అంత ప్రేమ ఉండేది. ఆందోళన కనిపించేది. ఈ రోజు నా చేతిలో ఐఫోన్ ఉంది. ఫేస్ బుక్, ట్విట్టర్, బ్లాగ్-క్షణం క్షణం అప్ డేట్ చేస్తూ, రోజంతా స్నేహితులతో చాటింగ్ చేస్తూ, 'హాయ్... ఎలా ఉన్నావు...?', 'ఎలా ఉంది జీవితం?', 'హౌ వాస్ ది డే?', 'కాఫీ/టీ అయిందా?', 'ఎప్పుడు కలుద్దాం', 'ఈ వీకెండ్ ప్లాన్ ఏమిటి?', 'కొత్త బట్టలు తీసుకున్నాను', 'ఇంకా కారు ఇ.ఎమ్.ఐ కట్టలేదు', 'నా గర్ల్ ఫ్రెండ్ చేయిచ్చిందిరా'- ఈ విధమైన నేటి జీవితంలోని ఎడతెగని రోజువారీ బాధలను అందరితో చెప్పుకుంటున్నప్పటికి నా జీవిత పరిస్థితి ఏమిటి? ఏమైంది? ఎలా జీవితం గడుపుతున్నానో నేను ఇప్పటికీ ఆలోచించడమే లేదు. ఇదే కదా నాకోసం అమ్మ కలలు కన్నది. అమ్మ నా కోసం కష్టపడుతూనే తన బాధ్యతలన్నీ చాలా ఇష్టంగా మోసుకుంది. ఇప్పుడు, కొడుకైన నా భుజాల మీద అమ్మ బాధ్యతలు ఉన్నాయి. వాటిని ఆమె కోరిక మేరకు తీర్చాలి. ఆమె కలలను నిజం చేయాలి.

అన్నీ అనుకున్నట్లే నాకు మంచే జరిగింది. అమ్మ కోరుకున్నట్లే ఈ రోజు నేను జీవితంలో ఒక స్థాయిలో సెటిల్ అయ్యాను. మంచి ఉద్యోగం దొరికింది. ప్రేమ పాత్రురాలైన అమ్మాయిని చేబట్టడమూ జరిగింది. జీవితంలో ఎలాంటి ఇబ్బంది కలగకుండా బ్యాంక్ బాలన్స్ ఉంది. ఎల్ఐసీ, ఇన్సూరెన్స్, ఇన్వెస్ట్మెంట్, షేర్ మార్కెట్ అన్నిటిలో డబ్బు పెట్టాను. ఈ రోజు నాజీవితం సురక్షితంగా ఉందని చెప్పవచ్చు. అంతా అమ్మ దయ! ఆమె కలలను నేను నిజం చేశాను. నా జీవితాన్ని నేను రూపొందించుకుని ఉండొచ్చు. సంస్కార ఫలం అలా వస్తుందా? అది పూర్వీకుల ఆస్తి. ఉత్తమ సంస్కారం దొరకడం కూడా కర్మఫలమని అమ్మ ఉత్తరంలో చెప్పటం గుర్తుంది. అమ్మ కర్మఫలాలు నన్ను అనుసరించి ఉండొచ్చు. నాకు మంచి సంస్కారం ఉందని ధైర్యంగా చెప్పగలను.

అమ్మా, దయ చేసి నన్ను క్షమించు. ఎక్కడో ఉండి, కనిపించని శక్తుల మధ్య ఈ రోజు నువ్వు తిరుగుతున్నావు! అక్కడి నుంచే నీ సంజ్ఞల ద్వారా నా హృదయాన్ని, మనస్సును తాకుతున్నావు. అప్పట్లో ఉత్తరాలలో ముద్దులు పెట్టి పంపుతున్న కొండంత ప్రేమ నాకు ఈరోజుకూ మళ్ళీ కావాలనిపిస్తుంది. ఎన్ని రోజులు అవే ఉత్తరాలను చూస్తూ నీ ప్రేమను అనుభవించాలి? నువ్వు పంపిన ప్రేమ ఇప్పుడు ఖాళీ అయిపోతోంది. అన్నిటిని నేనే అనుభవిస్తున్నాను. ఆస్వాదిస్తున్నాను. నువ్వు ఇంకా కొంచెం పంపితే నీ మనవళ్ల కోసం ఉంచుతాను. వాళ్ళు నీ ప్రేమకోసం ఎదురుచూస్తున్నారు. నువ్వు నాకు ఇచ్చినంత ప్రేమను నేను నా పిల్లలకు ఇస్తానో లేదో తెలీదు, కచ్చితంగా అలాంటి పరిస్థితి కూడా నాకు వస్తుందో రాదో అనే ఊహ కూడా నాకు లేదు.

అమ్మ... పోగొట్టుకున్న తర్వాతే నేను ఇంత బాధను అనుభవిస్తున్నాను. అమ్మా...నువ్వు ఉన్నప్పుడు నీ ప్రేమను అర్థం చేసుకోలేక పోయాను. సెలవులకు ఊరికి వచ్చినప్పుడల్లా నీకు ఎన్నో సార్లు చెప్పుకున్నాను. తిట్టాను. అది కావాలి, ఇది కావాలి అని పీడించాను. నేను నగరంలో ఉండటం వల్ల లౌకిక ఆకర్షణలు నాకూ కలిగాయి. వాటన్నిటిని అనుభవించాను, నాతోపాటు ఉన్న స్నేహితుల్లా నేను అన్నింటినీ అనుభవించాలని ఆశించాను. దానికోసం డబ్బులు ఇవ్వమని నిన్ను వేధించేవాడిని. అప్పుడు నువ్వు వచ్చి కొన్ని సూక్ష్మమైన విషయాలు చెప్పేదానివి. అప్పుడు అవి నా తలలోకి ఎక్కనే లేదు. నీ మాటలు నాకు ఇప్పటికి గుర్తున్నాయి.

"బాబూ, మీ నాన్న నా జీవనానికి ఇచ్చింది ఈ గంగాళమంత అన్నం. ఈ అన్నంలోనే నేను నీకు ఇంత తినడానికి పెడుతున్నాను. కాబట్టి నీవు ఈ గంగాళం చుట్టుపరిధిని తెలుసుకోవాలి" అని హైస్కూలు, పి.యు.సి. చదువుతున్నప్పుడు రెండుమూడుసార్లు చెప్పిన ఆ మాటలు అప్పుడు నా బుర్రకు ఎక్కలేదు. ఇప్పుడు నాన్న ఇచ్చిన 'గంగళమంత అన్నం' అర్థమైంది. అది అమ్మజీవితం. ఈ జీవితంలోనే నేనూ నా కొడుకు అని నాన్న తన అవసానదశలో చెప్పిన మాటలను అమ్మ ఏదో విధంగా నిభాయించేది. కానీ నేనెందుకు అప్పుడు మొండితనం చేసేవాడినో నాకు ఈ రోజుకూ అర్థం కాదు. ఛ...నేను అమ్మను ఎంత కష్ట పెట్టానోకదా అని నన్ను నేను తిట్టుకున్నా, అ బాధ

ఇప్పటికీ తగ్గలేదు. ఈ బాధను ఎలా ఓదార్చాలో కూడా నాకు అర్థంకావడం లేదు.

అమ్మ ... నా జీవితం బాగుండాలని నువ్వు నీ జీవితాన్ని త్యాగం చేశావని నాకు అర్థమైంది. నీ గురించి నాకు ఇంత తెలిసినప్పటికీ, నేను ఎందుకు నిన్ను ఒకసారి అనుమానించాను? అలా అనుమానించే సందర్భం మాత్రం ఏది? నన్ను 'లంజా కొడకా' అని మల్లిక్ సాబ్ ఆ రోజు నా చొక్కా చిరిగేలా కొట్టినప్పుడు నువ్వే కదా స్టేషన్ నుంచి విడిపించుకుని వచ్చావు. 'లంజా కొడకా' అనే పదం నాకు అర్థమైనప్పటికి దాన్ని అతను నాకెందుకు ఉపయోగించాడు? నిజంగానే నువ్వు అలాంటిదానివా?

నిజంగానే నా తల్లి అలాంటిదా? అమ్మ పెళ్లిచేసుకుని నాన్నతో కేవలం ఐదారేళ్లు మాత్రమే సంసారం చేయటం నిజమే అయినప్పటికీ, తర్వాత చిన్న వయస్సులోనే తన సుఖసంతోషలన్నీ ఒకవైపు అదిమిపెట్టి తన జీవితాన్ని కొడుకు కోసమేనని అనుకుంది. నా తల్లి నిజంగానే తప్పు చేసిందా? నిజంగానే ఆమెకు ఇతర పురుషుల పట్ల ఆకర్షణ కలిగిందా? నాకు అర్థం కాని వయస్సులో సుఖాల అనుభవం కోసం ఆమె వెతుకుతూ వెళ్ళిందా? లేదా ఇతర పురుషులు కొరికతో అనుభవం కోసం ఇంటికి వచ్చేవారా? అబ్బా... దీన్ని ఇప్పుడు ఊహించుకోవడానికి కూడా నాకు చాలా కష్టంగా ఉంది.

నిజంగానే అమ్మ కచ్చితంగా అలాంటి తప్పు చేసివుండకపోవచ్చు. ఆమె సాధ్వీమణి. ఆమె ఇతర పురుషుల పట్ల కచ్చితంగా ఆకర్షణకు లోనైవుండదు? అయినా నాకు ఒకసారి అమ్మ శీలం గురించి అనుమానం ఎందుకు వచ్చింది? ఈ మాట కాలేజీ రోజుల్లో నా నోటి నుంచి వచ్చింది. అప్పుడు నేను కూడా ప్రేమ పిచ్చిలో మునిగిపోయాను. నాన్న ఫిజిక్, అమ్మ స్నిగ్ధసౌందర్యాన్ని పుణికి పుచ్చుకున్న నాకు అమ్మాయిలను ఆకర్షించడం గొప్ప విషయం కాదు. నేను కూడా అమ్మాయిలను ఇష్టపడేవాడిని. కలలో వాళ్లను అనుభవిస్తున్నట్లు అనుభూతి చెందేవాడిని. అయితే ఎవరినీ చీట్ చేయలేదు. ఎవరితోనూ ఫ్లర్ట్ చేయలేదు. ఏ అమ్మాయి కూడా నన్నుఫ్రాడ్, ఫోర్ ట్వెంటీ, లోఫర్ అని అనలేదు. కాలేజీ రోజుల్లో ఇలాంటి అరుదైన సంఘటనలన్నింటినీ అమ్మతో స్వేచ్ఛగా చెప్పుకునేవాడిని. అమ్మకు కాలేజీ జీవితం గురించి ఏ మాత్రమూ అవగాహన

లేదు. కానీ నేను చెబుతున్న కాలేజీ సంఘటనలన్నీ ఆమె అర్థం చేసుకునేది. ప్రేమ, ప్రీతి మొదలైన తుంటరి మాటలు విని బుద్ధి మాటలు కూడా చెప్పేది.

'బాబూ... అమ్మాయిలతో ఎల్లప్పుడూ జాగ్రత్తగా ఉండాలి. ప్రేమా, ప్రీతి ఇవేవీ మనకు కాదు... నువ్వు బాగా చదువుకుని మంచి ఉద్యోగం వెతుక్కో. అప్పుడు వాళ్ళే నీ వెనుక పడతారు. ఇప్పుడు నీ వెనుకపడే అమ్మాయిలందరూ నీ అందానికి తప్ప వేరే దేనికీ కాదు. అది కేవలం ఆకర్షణ బాబూ...నువ్వున్న వయసే అలాంటిది. ఈ విషయంలో నువ్వు ఏ అమ్మాయితోనూ పెళ్లిచేసుకుంటాను, నిన్ను ప్రేమిస్తున్నానని వాగ్దానం చేయవద్దు. ఆ అమ్మాయిలకు నీ మీద నమ్మకం కలిగే సమయానికి లౌకిక ఆకర్షణ అధికమై వేరే వైపు లాగవచ్చు. అప్పుడు వాళ్ళందరూ నిన్ను ఒంటరిగా వదిలి వెళ్ళిపోవచ్చు. అలాంటి ప్రేమ ఆకర్షణలో నువ్వు మరొకరి జీవితాన్ని నాశనం చేయవద్దు. అంతేకాదు, నా జీవిత లక్ష్యాన్ని కూడా మరచిపోకు' అని చెబుతుండేది.

అమ్మ మాటలు నిజమయ్యాయి. ఇంత చేసినా, నా కాలేజి రోజుల్లో దారి తప్పవద్దని చెబుతున్న అమ్మ, నిజంగానే నన్ను బాగా చదివించడానికి దారి తప్పిందా? మా నాన్న మిగిల్చినది ఎంత? కొంత భూమి, చిన్నఇల్లు. వీటితోనే ఇప్పటి వరకు నేను గడిపిన జీవితం రూపొంది ఉంటుందా? అమ్మ నా దగ్గర ఇన్ని రహస్యాలు ఎందుకు దాచింది? అకస్మాత్తుగా తెలిస్తే కన్నకొడుకు తనను గౌరవించడనే భయం ఆమెను వేధించిందా? సెలవులు దొరికితే ఇంటికి వెళుతున్న నేను– ఇంటికి వచ్చి వెళ్ళే మగవాళ్ళను చూశాను, కొందరి ముఖాలు నాకు చిన్నప్పటి నుంచి తెలిసి వుండటం వల్ల, వాళ్ళు ఇంట్లో ఉన్నప్పుడు నాకు అనుమానం కలగలేదు. అయితే అటు తర్వాత నా బలిసిన దేహపు మాంసపు తలలో ఎక్కడో ఒకవైపు ఒక చిన్న అనుమానం భూతంలా కూర్చునివుంది. అప్పుడప్పుడూ నా మనసును అడుగుతోంది, వెక్కిరిస్తోంది. నా మనసు ఈ భూతాన్ని ఓదార్చుతూనే ఉంది. ఇలా ఉన్నప్పటికీ ఒక రోజు చిన్నవిషయమై అమ్మతో జరుగుతున్న మనస్తాపపు గొడవలో నాకు తెలియకుండానే ఆ మాట నా నోటి నుంచి వచ్చేసింది. నా లోపలి భూతం నా మనసు మాటలు వినకుండా బయటికి వచ్చేసింది. ఎదురుగా ఉన్న అమ్మ నా మాటలు విని రెండు నిమిషాలు నా ముఖాన్నే చూసింది. ఆమె శరీరం వణుకుతోంది. కళ్లు నీళ్లతో నిండి

పోయాయి. అప్పటికే కృశించిపోయిన ఆమె శరీరంలో మాంసాన్ని వెతకడం కష్టమైంది. చిన్నతనంలో నేను చూసిన అమ్మ అందం ఆ వయసుకే వడలిపోయింది. చేతుల్లో నాన్న కొనిచ్చిన రెండు మూడు తులాల గాజులు ఉన్నాయి. అవి తప్ప మెడలో, చెవుల్లో ఏమీలేవు. అమ్మకు ఆమె ముఖంలోని అందమే గొప్ప ఆభరణం. ఆమె నాన్నను తలుచుకోకుండా భోజనం చేసేది కాదు. ఇలాంటి మనిషిని నేను అనుమానించాను. మొత్తం ఊరే అమ్మ గురించి అవాకులు చెవాకులు మాట్లాడుకుంటున్నా నేనెందుకు బుర్ర పాడుచేసుకోవాలి? అందుకేనా అమ్మ నన్ను ఇంటినుంచి దూరంగా పెట్టి స్కూలు- కాలేజీల్లో చదివించింది. ఆ వ్యభిచారపు వాతావరణం తన సంస్కారపు చెట్టు మొదలుకు గొడ్డలి పెట్టు అవుతుందని నన్ను దూరంగా ఉంచింది. ఉత్తర ప్రత్యుత్తరాల ద్వారా తల్లి ప్రేమను, సంస్కారాన్ని ఇచ్చిన ఆమె నిజంగా దేవతలాంటిదని ఆ క్షణంలో నాకెందుకు అనిపించలేదు. అమ్మకు బాధ కలిగేలా దూషించాను. పాపం... అమ్మ నా మాటల వల్ల ఎంత బాధ పడిందో...! ఇన్నేళ్లు పెంచి పోషించిన కొడుకు ఏదో ఒకరోజున ఇలా మాట్లాడతాడని ఆమె కచ్చితంగా ఊహించలేదేమో?

అమ్మానాకు నాకు కనువిప్పు కలిగింది. నా తప్పును గ్రహించాను. ప్రపంచమంతా నీగురించి ఏం చెప్పినా నేను వాటిని పట్టించుకోను. ఇప్పుడు నువ్వే నా ప్రపంచం. నీ ప్రపంచంలో నేను పెరిగాను. ఈ ప్రపంచంలో నన్ను జీవించేలా నువ్వు చెయ్. అదే నా అభిప్రాయం. ఇన్ని రోజులు నేను నీతో పంచుకున్నంతగా ఎవరితోనూ పంచుకోలేదు. నువ్వు కేవలం అమ్మవు కాదు. నాకు తండ్రివి అయ్యవు. మంచి స్నేహితురాలివి అయ్యావు. శ్రేయోభిలాషివి అయ్యావు. అక్కవు అయ్యావు. గురువువు అయ్యావు. మొత్తానికి నువ్వు నాకు తప్ప ఎవరికీ ఏమీ కావటానికి సాధ్యం లేదమ్మా. ఈ రోజు నేను పెద్దవాడిని కావచ్చు. పెళ్లయి ఉండొచ్చు. ఇద్దరు పిల్లల తండ్రిని కావచ్చు. అమ్మ ఈ రోజుకూ నీ కౌగిలి కావాలనిపిస్తుంది. ఒక్కసారి నిన్ను కౌగిలించుకుని, నేను నీతో అన్న మాటలన్నీ తప్పని ఒప్పుకుంటూ నిన్ను క్షమాపణలు అడుగుతాను. నా మాటలు నీకు బాధ కలిగించివుండొచ్చు. తాను కష్టపడి, రక్తమాంసాలు ఇచ్చి, పెంచిపోషించిన కొడుకు తన తల్లినే 'వ్యభిచారిణి' అని పిలిస్తే, తల్లిలో

ఉండే ఆ భగవంతుడు మెచ్చుకుంటాడా? ఈ బాధ నన్ను ఇప్పటికీ బాధిస్తుంది. ఒక్కొక్కసారి నా పిల్లల ముఖాలు చూస్తూ మాట్లాడటానికి నాకు చాలా సంకోచం కలుగుతుంది. నా కూతురి మొహం చూసినప్పుడల్లా నువ్వే నాకు గుర్తుకొస్తావు. ఆమె నుదురు, ముక్కు, నడక అన్నీ నీలాగే! నీ కడుపునే పుట్టినట్లు అనిపిస్తుంది. నా కూతురు నవ్వినప్పుడల్లా నువ్వు ఎప్పుడు నవ్వావా అని ఆలోచిస్తాను. నువ్వు నవ్విన రోజులనే నేను చూడలేదు. అమ్మ, నువ్వు నాకు ఉత్తమ సంస్కారం ఇచ్చావు! ఆ సంస్కార ఫలమే ఈ రోజు నిన్ను పోగొట్టుకుని దుఃఖిస్తున్నాను. నువ్వు నాకిచ్చిన ప్రేమను ఈ రోజుకూ మనసులో పెట్టుకుని ప్రతిక్షణమూ "అమ్మా... అమ్మా... " అని గుర్తు తెచ్చుకుని చింతించే మనసు నాది.

నువ్వు ఒక మాట చెప్పేదానివి. ప్రతి అమ్మాయి పుట్టినప్పటి నుంచి ఎన్నో కలలు చూసి వుంటుంది. ఆమె వయసు, శరీరం పెరిగినట్టల్లా, పుష్పవతి అయినట్టు, పెళ్లయినట్టు, పిల్లలు పుట్టిన తర్వాత కూడా ఆమె కలలు పెరుగుతూ పోతాయి. ఆమెకు తనను పెళ్లాడబోయే భర్త గురించి పెద్దకలలు ఉంటాయి. ముఖ్యంగా ఆమె సంతోషం కోసం, అలాగే తన పిల్లల భవిష్యత్తు కోసం, అలాంటి సంస్కారవంతుడైన, బాధ్యతగల భర్త దొరకాలంటే, ఆమె ఏడుజన్మల పుణ్యఫలంలో భాగస్థురాలు కావాలి. నాకు ఆ అదృష్టం దక్కలేదు. కానీ ఈ లోకానికి ఏడుజన్మల పుణ్యాన్ని మోసే స్త్రీకి నేను నీలాంటి కొడుకును ఇస్తున్నాను. అలాంటి కొడుకువి నువ్వు కావాలని నాతో చెప్పేదానివి. నీ కోరికలా అలాంటి వ్యక్తిని అయ్యాను. భార్యకు మంచి భర్తనయ్యాను. మంచి తండ్రినయ్యాను. ఉత్తమ స్నేహితుడయ్యాను. నీ మాటను కచ్చితంగా పాటిస్తున్నాను. ప్రియమైన భార్య, ముద్దుల పిల్లలందరూ ఈ రోజు నీ ఆశీర్వాదంతో బాగున్నారు. నీ ఆంతర్యంలోని మాటలను గ్రహించి జీవించడానికి ప్రయత్నిస్తున్నాను.

ఒక దుఃఖం నన్ను ఇప్పటికీ వెంటాడుతోంది. ఈరోజు నేను నా పిల్లలకు మంచి విద్య, ప్రేమ, సంస్కారం అన్నిటిని అందిస్తున్నాను. అది నువ్వు నాకు నేర్పిన బాధ్యతా పాఠమే అయినా, నాకు నీలాగా నువ్వు కురిపించిన ప్రేమధారలను నా పిల్లలపై కురిపించటానికి సాధ్యం కావటం లేదు. నువ్వు చూపించిన ప్రేమ నా పిల్లలకు దొరకడం లేదు. అమ్మా... కచ్చితంగా నువ్వు

మనవళ్ల మీద నాపై కురిపించిన ఆ ప్రేమ ధారను కురిపిస్తావా? నాపిల్లలకు నానమ్మ ప్రేమ కావాలి. నీ సహనం, ఓర్పు, మంచితనపు సంస్కారం, నా బిడ్డలకు అందాలి. అది నాకు మాత్రమే పరిమితం కాకూడదు. నా కోరిక రోజురోజుకూ పెద్ద కోరికగా పెరిగిపోతోంది. ప్రతిక్షణం, ప్రతిరోజూ, చిరకాలం నువ్వు నాతోనే ఉంటావు. నా తప్పును కచ్చితంగా క్షమించు. ప్రతిక్షణమూ అది నన్ను బాధిస్తుంది. అమ్మా, నీ సమాధానం కోసం ఎదురుచూస్తుంటాను.

మీ ప్రేమపూర్వకమైన ఆశీస్సులు కోరుతూ...

ఇట్లు నీ కుమారుడు

సుభాష్

❖

పాడు బతుకు నడుమ

బెంగుళూరు వచ్చి దాదాపు పన్నెండేళ్లు అవుతూ వుంది. నిజానికి ఈ పన్నెండేళ్లు నేను ఈ బెందకాళూరులో (బెంగళూరు పాత పేరు) ఎలా గడిపానో మాత్రం నాకైతే తెలియదు. ఇన్ని ఏళ్లల్లో చూసిన ముఖాలెన్నో! మనసులు ఎన్నో? అప్పటి నుంచి ఇప్పటి వరకూ ఈ పాడు లోకంలోని తార్పుడుగాళ్లు, వికృత మనస్తత్వపు ధనవంతులు, చిల్లర కాసులకు కొంగు పరిచే వేశ్యలతో సంవత్సరాల కొద్దీ స్నానం చేయని వీధి బిచ్చగాళ్లతో, బై-టూ పక్కను పంచుకున్నది, తాగింది, తిన్నది తలచుకుంటే 'థూ... నాదీ ఒక బతుకేనా...?' అని ఎన్నో సార్లు అనిపించింది. కుక్కల, పందుల జీవితాలు నాకన్నా ఎన్నో రెట్లు మెరుగైనది. నా చిన్నతనంలో బావిలో పడ్డప్పుడు బ్రతకక పోయివుంటే నేను ఇలాంటి పాడు జగత్తు మధ్య, చెడ్డ మనుషుల మధ్య ఉండేవాడిని కాదు. ఏమి చేయాలి, బతకాలి అని ఎన్నో సార్లు అనిపించింది! 'అవును, రేపు ఈ రోజు కంటే చాలా అందంగా ఉంటుందనే నమ్మకంతో ఇంతకాలం బతికావా?' అని అడిగితే, 'ఏమో నాకు తెలియదు' అన్నదే నా జవాబు.

ఈ పాడు ప్రపంచంలో ఇన్ని సంవత్సరాలు గడిపానంటే నాకే ఆశ్చర్యం కలుగుతుంది. మంచి లేదా చెడు ప్రపంచం అనేది చూసేవారి దృష్టిపై ఆధారపడి ఉంటుంది. కానీ నేను చూసినదంతా కేవలం చెడ్డదే. ఇన్ని సంవత్సరాలుగా ఈ సమాజం నాతో వ్యవహరించిన తీరుకు నేను బాధ, సంకటం, దుఃఖం, అవమానాన్ని అనుభవించాను. అది సమాజం నాలో చూసిన బలహీనత. ఆ దేవుడు ఇచ్చిన బహుమతి. నా ఈ బలహీనతే నా

చుట్టూ ఉన్న ప్రపంచానికి వరంగా మారింది. చాలా మంది నన్ను 'హిజ్రా, చక్కా, నపుంసకుడు' అని మొదలైన బిరుదులతో పిలిచారు. ఎగతాళి చేశారు. నేను వ్యతిరేకించలేదు. అందువల్లనే నన్ను కొన్నిసార్లు తార్పుడుగాడిలానో, వికృత సలింగకాముకులకు ఉత్తేజకుడిలానో శ్రీమంతులైన మధ్య వయసు మహిళలకు నీలి చిత్రాలను అందజేసే వ్యక్తిగానో, పాడు పోలీసులు, రౌడీల తరఫున మామూళ్లు వసూలు చేసేవాడిగానో వాడుకుంటారు. మార్వాడీల ఇంటి కార్యక్రమాలకు, పూజలకు మేమే సేవకులుగా వెళ్లటాన్ని, మమ్మల్ని వాడుకోవటాన్ని, దుర్వినియోగం చేసుకోవటాన్ని నా మనస్సు వ్యతిరేకిస్తూనే ఉంటుంది. అయితే ఏం చేయాలి? బుద్ధిమాత్రం వినడం లేదు. చెప్పింది చేయకపోతే చంపేస్తారేమోననే భయం! అందుకే నా మీద నాకే చాలా కోపం, బాధ, విసుగు, కొన్నిసార్లు వాంతికి వచ్చేటంత అసహ్యం?

నేను ఈ సమాజాన్ని ద్వేషించడంకన్నా నన్ను పుట్టించిన ఆ దేవుడిని ద్వేషిస్తున్నాను. నా తండ్రిని ద్వేషిస్తున్నాను, అయితే నా తల్లి దేవతలాంటి మనిషి. నాకు పద్నాలుగేళ్లు నిండిన తర్వాత నేనొక హిజ్రా అని తెలిసినా నా తల్లి నన్ను చాలా ప్రేమించేది. ఆమెకు నా మీద అత్యంత ప్రేమ, వాత్సల్యం, మమకారం ఉండేవి. 'కాకి పిల్ల కాకికి ముద్దు' అన్న మాట నిజమే కావచ్చు. నా తల్లికి నేను కాకి కన్నా అల్పమైనప్పటికీ నా మీద అమ్మకు ప్రేమ ఎక్కువే. తండ్రి అనే పనికిమాలినవాడు నన్ను చాలా ఏళ్లవరకు బాగానే చూసుకున్నాడు. ఎప్పుడైతే చుట్టుపక్కల ఉన్న గ్రామస్థులు నా తండ్రిని చూస్తూ "థూ... ఎలాంటి నపుంసకుడిని కన్నావుకదరా..." అని అంటూ ఎగతాళి చేస్తూ నవ్వారో, అప్పటి నుంచి రోజూ తాగివచ్చి నన్ను కొట్టేవాడు. పాపం, నా తల్లి నన్ను విడిపించడానికి ప్రయత్నించేది. అప్పుడు ఆమెను కూడా కొట్టేవాడు.

దాదాపు పద్నాలుగేళ్లవరకూ నేను బాగానే ఉన్నాను. పిల్లలందరితోనూ కలిసి నేను కూడా గిల్లిదండ, బొంగరం, కోతికొమ్మచ్చి, చెరువులో ఈత కొట్టడం, అడవిలో తిరగడం వంటివి చేసేవాడిని. వీటన్నిటితోపాటు స్కూల్‌కి వెళ్లేవాడిని. అప్పటివరకు నాకు అలాంటి ఏ భావాలు లేవు. ముగ్గురు ఆడపిల్లలు పుట్టిన తర్వాత చాలా ఏళ్లకు నేను పుట్టడంతో "ఎంత చక్కటి కొడుకు పుట్టాడుకదా!" అని వీధిలోని మసలమ్మలు ఆశీర్వదించిపోయారు. చాలాకాలం తర్వాత

మగపిల్లవాడు పుట్టడంతో సహజంగానే మా తల్లిదండ్రులు చాలా ముద్దుగా పెంచారు. మా ఊరి మఠం పెద్దస్వాములైన దివంగత శివయోగి స్వాముల ఆశీస్సులతో జన్మించానని నాకు శివయోగి అనే పేరు పెట్టారు. ఇప్పుడు కూడా నా చిన్ననాటి రోజులను అప్పుడప్పుడు తలుచుకుంటూ సంతోషపడుతుంటాను. నా అక్కలు నన్ను ప్రేమగా చూసుకునేవారు. నేను అడిగినప్పుడల్లా నాకు ఇష్టమైన చిరుతిళ్లు చేసిపెట్టేవారు. నాన్న ప్రతి రాత్రి ఇంటికి రావడానికి ముందు ఉడకబెట్టిన గుడ్లు, ఆమ్లెట్ కట్టించుకుని వచ్చేవాడు. మా పెద్దక్కకు పెళ్లిచేసి దూరంగా ఉన్న బీజాపూర్‌కి సాగనంపినప్పుడు నేను వెక్కివెక్కి ఏడ్చాను. మిగిలిన అక్కలు నన్ను ఓదార్చుతూ, "మా పెళ్లిళ్లు జరిగినప్పుడు నిన్ను, అమ్మను మా వెంట తీసుకెళతాం" అని చెప్పి నా కన్నీళ్లు తుడిచారు.

ఆ రోజు నేను సంతోషంతో పొంగిపోయాను. అవి నేను మరిచిపోలేని రోజులు. నా జీవితంలో ఇప్పటి వరకు నేను సుఖసంతోషాలను అనుభవించిందే ఆ రోజులలో. మా మూడో అక్క పుష్పవతి అయినప్పుడు మా బంధువులంతా వచ్చారు. అప్పుడు నేను మా మేనత్త కూతురితో చాలా చనువుగా ఉన్నాను. అప్పుడే మా అక్కలు, మేనత్త, మేనమామలు మమ్మల్ని చూసి, "వీళ్లిద్దరికి ఇప్పుడే పెళ్లి చేసేస్తే బాగుంటుంది" అని తమాషా చేసేవారు. మేమిద్దరం సిగ్గుతో అక్కడి నుంచి పారిపోయేవాళ్లం. ఇప్పుడు మా మామగారి కూతురుకు మా దూరపు బంధువుతో పెళ్లయి ఇదే బెంగుళూరులో ఇక్కడే ఎక్కడో ఉందని విన్నాను. ఆమె భర్త మైకో కంపెనీలో ఉద్యోగం చేస్తున్నాడట. నాకు తెలిసింది అంతే... ఆమె సంసారం చక్కగా సాగుతుండవచ్చు. ఒకవేళ ఆమె పెళ్లి నాతో జరిగినా, ఆమెకు కావలసిన సుఖసంతోషాలు నా నుంచి లభించేవా? పోనీలే, వీటన్నింటిని ఊహించుకుని నేను సంతోషించాల్సింది ఏముంది?

నాకు పధ్నాలుగు నిండి పదిహేనేళ్లు వచ్చేసరికి నాలోనే చాలా మార్పులను గమనించాను. అంతేకాకుండా నేను మానసికంగా చాలా మారిపోయాను. ఎక్కడో నా స్వరంలో, నా నడకలో, నా మాటల్లో కాస్త మార్పు వచ్చింది. ఎందుకో ఏమో నాకు తెలియదు. నా స్నేహితులైన అబ్బాయిలు ఆడుకోవడానికి బయటికి పిలిచినప్పుడల్లా, నేను వెళ్లకుండా ఉండే మనఃస్థితి ఏర్పడింది. ఇలా చాలా సార్లు నా స్నేహితులు పిలిచినపుడు 'నేను మీతో ఆడుకోవడానికి రాను'

అని చెప్పి పంపేవాడిని. అందుకే కొంతమంది నా ఇంటి దగ్గరికే వచ్చేవారుకాదు. మరికొందరు నాతో మాట్లాడటమే మానేశారు. "ఇంట్లో కూర్చుని, మీ అమ్మ, అక్కలతో పొయ్యి ముందు కుర్చుని రొట్టెలు తట్టు" అని గౌడల ఇంటి బస్యా ఇంటిముందు నిలుచోని అరిచాడు. నేను దేన్నీ పట్టించుకోను. మా నాన్న, అక్కలు కూడా బయటికి వెళ్లొద్దని, అడవిలో తిరగొద్దని చెప్పలేదు. వాళ్లకు కూడా నేను ఆడుకునే వయసులో ఆడుకోవాలి అనే భావన ఉండేది. కాలం గడుస్తున్న కొద్దీ నాకు మా అక్కల దుస్తులు ధరించాలని కోరిక కలగసాగింది. ఎంత ప్రయత్నించినా నా కోరికను ఆపుకోలేకపోయాను. ఒకసారి మా అక్క లంగా వేసుకుని ఊరువాడా తిరుగుతుంటే అందరూ నన్ను చూసి "ఒరే ఆడంగి" అని కేకలు వేసి నవ్వారు. అప్పుడే మా అక్క బలవంతంగా తన లంగాను లాక్కుని "నువ్వు ఆడవాళ్ల బట్టలు వేసుకోకూడదు, నిన్ను చూసిన వాళ్లు ఏమనుకుంటారు? నీకు అర్థం కాదా?" అని ఆమె దబాయించింది. స్కూల్‌కి వెళ్లినప్పుడల్లా అమ్మాయిల వరుసలో కూర్చోవాలనిపించేది. స్కూల్ ఆవరణలో అమ్మాయిలతో ఎక్కువగా మాట్లాడటం, ఆడుకోవడం సాధారణమైపోయింది. రాను రానూ నా స్నేహితులు నన్ను చూసే విధానమే మారిపోయింది. స్నేహితులంతా గుంపులు గుంపులుగా కబడ్డీ ఆడేవారు. కానీ నేనొక్కడినే అమ్మాయిలతో ఖోఖో ఆడేవాడిని. కొంతమంది నన్ను చూసి "ఏరా, థూ... మగవాడిగా పుట్టి ఆడపిల్లలతో ఆడుతున్నావుకదా... సిగ్గువేయదా..?" అని గట్టిగా అరిచేవారు. కొంతమంది అమ్మాయిలు కూడా నన్ను చూసి నవ్వేవారు, నేను వారికి జవాబు ఇచ్చేవాడిని కాదు.

నా చడ్డీదోస్త్ ఫక్కీరప్ప "నువ్వు నిక్కర్ చొక్కా ఎందుకు తొడుక్కున్నావ్? వెళ్లి వాటిని విప్పి మీ అక్కల లంగా ఓణీ వేసుకుని ఆడుకో. బాగుంటుంది" అని అన్నప్పుడు కూడా నేను మౌనంగా ఉన్నాను. వారందరి ప్రశ్నలకు నా దగ్గర సమాధానాలు లేవు. సమాధానాలు ఉన్నప్పటికీ చెప్పటానికి ధైర్యం లేదు. అది నాలో ఉన్న నిస్సహాయత. అదే నా బలహీనత. అందుకే నేను దేన్నీ పట్టించుకోలేదు. నా మాటలు, ప్రవర్తనలు నాకే ముళ్లుగా మారుతాయని, నన్ను అవమానపరుస్తాయని నేను కలలోనూ, మనస్సులోనూ కూడా అనుకోలేదు. ఆ అమ్మాయిలు మాత్రం ఎన్ని రోజులు నాతో ఆడుకుంటారు.

వాళ్లూ పద్నాలుగు, పదిహేనేళ్ళకు పుష్పవతులైనప్పుడ వాళ్ల తల్లులు 'మగవాళ్లతో, అబ్బాయిలతో కాస్త జాగ్రత్తగా ఉండాలమ్మా' అని చెప్పి బెదిరించి బయటికి వెళ్లకుండా ఇంట్లో కూర్చోబెట్టేవారు.

నాలోని బలహీనతలు మొదట్లో నాకు తెలియనేలేదు. అయినప్పటికీ నేను ఇంట్లో అమ్మతో, అక్కలతో కలిసి ఆడవాళ్లు చేసే పనులు చేస్తూనే ఉండేవాడిని. పొద్దున్నే వారితోపాటు వంట చేయడం, నీళ్లు తీసుకుని రావటంతో మొదలు రాత్రి భోజనాల తర్వాత కంచాలు కడగటం వరకూ వాళ్లతో ఉండేవాణ్ణి. మా అమ్మ, అక్కలు 'నువ్వు మగవాడివై ఉండి ఇవన్నీ చేయకూడదు' అని చెప్పినా వినేవాడిని కాను.

ఒకరోజు నేను అమ్మతో కలిసి బట్టలు ఉతకడానికి ఊరి చెరువుకు వెళ్లాను. అమ్మ ఉతికిన బట్టలన్నీ బకెట్‌లో వేసి ఇంటికి తీసుకెళ్ళమని చెప్పింది. ఆ రోజు ఉతికిన బట్టల బకెట్‌ని ఆడవాళ్లు నీటి బిందెను నడుము మీద పెట్టుకుని వెళ్లేలా నేనూ ఆ బకెట్టును నడుము మీద పెట్టుకుని నాలుగైదు వీధులు దాటేసరికి ఊరులో సగంమంది మగవాడి రూపంలో ఉన్న నా స్త్రీత్వాన్ని గుర్తించారు. అప్పటికింకా నా గొంతు ఇటు మగతనాన్నీ సంతరించుకోలేదు. అటు ఆడదానిలా మృదువుగానూ లేదు. రానురానూ ఊరంతా నా గురించి గుసగుసలాడడం మొదలుపెట్టారు. అందరికంటే ఎక్కువగా మా అమ్మ, అక్కలు కూడా నాలోని మార్పులను గమనించి ఉండొచ్చు. నేను మాత్రం ఊరి బావికట్ట దగ్గరి ఆడవాళ్లతో కబుర్లు చెప్పటం, పనిలేని ఆడవాళ్లు మరో ఆడదానితో మాట్లాడేలా వారితో మాట్లాడేవాడిని. అదే ఆడవాళ్లు, 'ఒరే శివయోగి, నీ మామ కూతురిని ఎప్పుడు పెళ్లి చేసుకుంటావురా?' అని తమాషా చేసేవారు. నేను దానికి సిగ్గుతో నవ్వి బిందెను నడుము మీద పెట్టుకుని వచ్చేవాణ్ణి. కానీ నేను వచ్చేసిన తర్వాత వాళ్లందరూ నా గురించి తమలో తాము గుసగుసగా మాట్లాడుకుని నవ్వుకునేవారు. ఛీ! ఎంత అవమానం. నాకు అప్పుడు ఇవేవీ తెలియవు. ఇదంతా ఇప్పుడు గుర్తు చేసుకుంటే ఒళ్లు మండిపోతుంది. మా అక్కలు కూడా ఊరంతా నా గురించి చెడుగా మాట్లాడుకోవడం విని, 'నువ్వు అలా ఆడదానిలా ప్రవర్తించకు' అని మూడు నాలుగు సార్లు గట్టిగా చెప్పారు. మా నాన్న ప్రతిరోజూ తాగి వచ్చేవాడు. ఊరి వాళ్లంతా నా గురించి మాట్లాడటం

వినీవినీ అతను కూడా చాలా బాధపడ్డాడు. బాగా విసిగిపోయాడు. ప్రతిరోజూ ఈడిగ బసప్ప దుకాణానికి సారాయి తాగేందుకు వెళ్లినప్పుడంతా కొందరు తాగి మా నాన్నతో, 'ఏయ్ హనుమంతప్పా, పోయిపోయి ఎలాంటి నపుంసకుడైన కొడుకును పుట్టించావుకదా?' అని అరుస్తూ కేకలు వేసి చెప్పేవారు. అది వారికి చాలా సంతోషకరమైన విషయం. అసలే మా నాన్నకు, గౌడల ఇంటివాళ్లకు పడేదికాదు. ఇదే కోపంతో మా నాన్న నాతో మాట్లాడడం మానేశాడు. నా ముఖం కూడా చూసేవాడు కాదు. తాగినప్పుడల్లా 'ఎలాంటి నపుంసకుడివి పుట్టావుకదరా' అని అరిచేవాడు. అప్పటికే నేను బడికి వెళ్లడం మానేశాను. తొమ్మిదో తరగతి పాసయి, పదవ తరగతిలో రెండు నెలలు కూర్చున్నాను. అంతే. అటుతర్వాత స్కూల్‌కు వెళ్లలేదు, పరీక్షలు కూడా రాయలేదు.

నేను ఊరు వదలి రావడానికి ముఖ్యకారకుడు ఆ పూజారి రేవణప్ప. అతడిని గుర్తుకు తెచ్చుకునప్పుడల్లా అతడ్ని చంపేయాలన్నంత కోపం వచ్చేది. నా తప్పేమీ లేకపోయినప్పటికీ మరొకరి మాటలు విని మా ఊరి మారెమ్మగుడి దగ్గరి నుంచి మా వీధి వరకు నన్ను కొట్టుకుంటూ తీసుకొచ్చాడు. అతనితోపాటు నలుగురు కిందివీధి కుర్రవాళ్లు ఉన్నారు. ఆ రోజు నా శరీరంపై ఉన్న బట్టలు చింపివేశాడు. నోటి నుంచి రక్తం కారేలా కొట్టారు. అతనొక్కడే నన్ను కొట్టడానికి వచ్చివుంటే నేనుకూడా తిరగబడి కొట్టేవాడినేమో? అతనితోపాటు కిందివీధి కుర్రవాళ్లు ఉండడంతో నన్ను కొడుతూ, ఈడ్చుకుంటూ వచ్చి ఇంటి ముందు పెద్ద గొడవ చేశాడు.

ఆ రోజే నా తండ్రి నన్ను కొట్టి ఇంటి నుంచి గెంటేశాడు. నిజానికి నా తప్పు ఏమీ లేదు. నీళ్లు తీసుకుని రావటానికి నేను ప్రతి రోజూ బ్రాహ్మణల ఇంటి దగ్గర ఉన్న బావికి వెళ్లేవాడిని. అదే సమయంలో ఆమె కూడా వస్తుండేది. ఆమె అంటే పూజారి రేవణప్ప భార్య. నేను ఆమెతో చాలా చనువుగా మాట్లాడేవాడిని. ఆమె కూడా నాతో చనువుగా ఉండేది. మా ఇద్దరి సంభాషణ కేవలం ఇద్దరు ఆడవాళ్లు కలిస్తే ఎలా మాట్లాడుకుంటారో అదే తీరులోనే ఉండేది. నేను రోజూ మాట్లాడే తమ్మవ్వ, లింగక్క, శాంతమ్మల కంటే ఈమె ఎంతో ఉత్తమరాలు. మిగతా ఆడవాళ్లందరూ నాతో నవ్వుతూ మాట్లాడి, నేను అక్కడి నుంచి వెళ్లిపోయిన తర్వాత, నా గురించి గుసగుసగా మాట్లాడుతూ

నవ్వుకునేవారు, అందువల్ల వాళ్లు బావికట్ట దగ్గర ఉన్నప్పుడు నేను వాళ్లతో మాట్లాడటానికి వెళ్లేవాడిని కాదు. వాళ్లంతా వెళ్లిపోయిన తర్వాత నేను వెళ్లేవాడిని. అప్పుడే నాకు రేవణప్ప భార్య పరిచయమైంది. ఈమె ఇతర స్త్రీల మాదిరి నా గురించి, నా వెనుక ఎప్పుడూ గుసగుసలాడలేదు. ఆమె చాలా మంచి మనిషి. అలాంటి ఆమెకు రేవణప్ప సరైన జోడు కాదు. అతను ఇటీవలే ఆమెను పెళ్లి చేసుకున్నా అతనికి పెళ్లికి ముందు నుంచే కిందివీధితో సహవాసం ఉంది. ఆ వీధిలోని రంగిని ఇతను ఉంచుకున్నాడని ఊరంతా గుసగుసగా మాట్లాడుకున్నారు. పాపం ఈ విషయం ఆమెకు తెలుసో తెలియదో నాకు తెలియదు. ఇప్పుడు కూడా అతను ఉదయం నుంచి రాత్రి వరకు ఆ వీధిలోనే ఉండేవాడు. అతను ఎప్పుడూ నలుగురైదుగురు కుర్రవాళ్లను తన వెంబడి పెట్టుకునేవాడు. వాళ్లతో నాటుసారా తాగడం, గొర్రె, దున్నపోతు మాంసం తినటం అలవాటు చేసుకున్నాడు. పేరుకు మాత్రమే ఉన్నత కులస్థుడు. అయితే ఇతను చేస్తున్నది మాత్రం ఇలాంటి ఇలాంటి పాడు పనులే. ఇలాంటివాడు రోజూ భార్యను కొట్టేవాడని తెలుస్తోంది. అందువల్లనే కాబోలు అతని భార్య రోజూ తన ఇంటి సమస్యలను నాతో చెప్పుకునేది. ఇలా మేమిద్దరం బావికట్ట దగ్గర మాట్లాడుకోవడం చూసి ఒకసారి అతను బెదిరించాడు. మళ్లీ అతనికి ఏ ముండాకొడుకు చాడీలు చెప్పాడో ఏమో తెలియదు. నేను మారెమ్మ గుడి దగ్గర ఉన్న పిండిమరలో నాలుగు సేర్లు జొన్నలు పిండి విసిరించుకుని వస్తున్నాను. ఒక్కసారిగా ఈ రేవణప్ప ఆ కుర్రవాళ్లతో వచ్చి, 'ఏరా లంజా కొడకా, నా భార్యతో ఏం మాట్లాడుతున్నావు? నా భార్యను ఉంచుకోవాలని అనుకున్నావా?" అని మూతిముఖం చూడకుండా ఇష్టమొచ్చినట్లు నన్ను కొట్టడం మొదలుపెట్టాడు. నేను ఎంత చెప్పినా మాటలు వినలేదు. చివరికి నన్ను కొడుతూ మా నాన్న దగ్గరికి తీసుకొచ్చాడు. చేతిలోని నాలుగు సేర్ల జొన్నపిండి నేలపాలైంది.

ఆ సంఘటన జరిగిన రాత్రి మా నాన్న బాగా తాగివున్నాడు. ఇంటికి రాగానే నన్ను ఓ గదిలోకి తోసి నోటి నుంచి రక్తం కారేలా తన్నాడు. మా అమ్మా, అక్కలు నన్ను విడిపించటానికి వచ్చినా వాళ్లను నా దగ్గరకు రానివ్వలేదు. అందరూ నన్ను నపుంసకుడు, ఆడంగి, హిజ్డా అని తిట్టినా, నాకు మాత్రం

'నేనూ ఒక మగవాడినే' అని తెలుసు. నేను పురుషుడై వుండి స్త్రీలా ప్రవర్తిస్తే, స్త్రీల పనులు చేస్తే నేనూ ఆ కోవకు చెందినవాడినా? అనే ఒక ప్రాథమిక ప్రశ్న నన్ను ఎప్పుడూ వేధిస్తూనే ఉండేది. ఆ రోజు నా తండ్రి "నువ్వు నిజంగానే మగవాడివి అయితే... నాకే పుట్టినవాడివైతే ... ఈ ఇల్లు వదిలి వెళ్లు, ఇంకెప్పుడూ నీ ముఖం మాకు చూపించకు" అంటూ వీధంతా వినిపించేలా అరిచాడు. ఇరుగుపొరుగు వారు లేచొచ్చినా మా నాన్నకు ఎవరూ నచ్చజెప్పలేదు. ఏ ఒక్కరూ నా పరంగా మాట్లాడలేదు. మా అమ్మా, అక్కలు గుమ్మంలో నిలుచోని వెక్కివెక్కి ఏడుస్తున్నారు. అమ్మ మాట్లాడే పరిస్థితిలో లేదు. అంతేకాదు, మా నాన్నను ఎదిరించే ధైర్యం కూడా ఆమెలో లేదు. ఆమెలో ఒక విధమైన గుప్తగామినిలాంటి ప్రేమ వాత్సల్యాలు నాపై ఉన్నాయి. అందువల్లనే ఆమె మౌనంగా ఉండిపోయింది, ఆమె కళ్లు నీళ్లతో నిండిపోయాయి. 'నువ్వు నిజంగానే మగవాడివి అయితే... నాకే పుట్టినవాడివైతే... ఈ ఇల్లు వదిలి వెళ్లు...' అని మా నాన్న అన్నాడు. అంటే మా నాన్న కూడా నేను మగవాడినని నమ్మలేదు. నేను ఇంట్లోంచి వెళ్లిపోతే నేను మగవాడినని నిరూపించినట్లు అవుతుందని ఆ రోజే నేను ఇల్లు వదిలి వచ్చేశాను.

మా ఇంటి వైపు చూడకుండా దాదాపు పన్నెండేళ్లు కావస్తోంది. ఊర్లో చాలామంది నన్ను మర్చిపోయి ఉండొచ్చు. మా అక్కలిద్దరికీ పెళ్లిళ్లు అయ్యాయని తెలిసింది. ఒకసారి మా ఊరికి చెందిన గౌడల ఇంటి సోము హుబ్లీలో కనిపించి ఊరి విషయాలు చెప్పాడు. మా అమ్మ ఇప్పటికీ నన్ను తలుచుకుని ఏడుస్తూ ఉంటుందట. మా అమ్మను చూసి ఎన్నో ఏళ్లు గడిచాయి. ఇప్పుడు ఎలా ఉందో? ఆమెను తలచుకున్న ప్రతిసారి నా కళ్లలో నీళ్లు తిరుగుతాయి. అదే పదమూడేళ్ల క్రితం మా ఊరి వాళ్లంతా నన్ను చూసి అవహేళన చేసినపుడూ, నన్ను ఇంట్లోంచి తరిమేసినపుడూ, నా పరంగా నిలబడి అరిచి గొడవ చేసింది మా అమ్మ ఒక్కతే! ఎంతైనా కన్నపేగు ఊరకుంటుందా?

మా ఊరిని విడిచిపెట్టిన వెంటనే నేను హుబ్లీకి వెళ్లాను. హుబ్లీలోని ఏదో ట్రాన్స్‌పోర్ట్ కంపెనీలో లారీ క్లీనర్‌గా కొన్ని రోజులు పనిచేశాను. దూరంలోని ఆంధ్రప్రదేశ్, తమిళనాడు, బొంబాయి మొదలైన ప్రాంతాలకు తిరిగాను. ఒక్కోసారి లారీలో దూర రాష్ట్రాలకు వెళితే నెలల తరబడి బయటే

ఉండాల్సి వచ్చేది. పాపం, డ్రైవర్లందరూ భార్యాపిల్లలను విడిచి నెలల తరబడి ఎలా ఉండేవారో ? నాకు తెలియదు. నేను పనిచేస్తున్న లారీ డ్రైవర్ మహారాష్ట్రకు చెందినవాడు. దాంతో అతని దగ్గర పనిచేస్తున్న మూడ్నాలుగు నెలల్లో నేను హిందీ, మరాఠీ బాగా మాట్లాడటం నేర్చుకున్నాను. డ్రైవింగ్ కూడా నేర్చుకున్నాను. అతను నన్ను బాగానే చూసుకున్నాడు. ఎప్పుడు అడిగినా చిల్లర డబ్బులు ఇచ్చేవాడు. మూడుపూటలు హోటల్-డాబాలలో భోజనం పెట్టించేవాడు. అంతా బాగానే ఉండేది.

నేను అతన్ని వదలి రావటం కూడా ఆకస్మికంగా జరిగింది. ఒక రాత్రి నేను లారీ ట్రైలర్ పక్కన పడుకున్నాను. నెమ్మదిగా నిద్రపట్టసాగింది. ఆ రోజు రాత్రి అతను నా మీద మృగంలా పడి, నన్ను లైంగికంగా ఉపయోగించుకున్నాడు. నేను అతన్నుంచి ఎంతగా తప్పించుకోవాలని పెనుగులాడినా అతని బలమైన పట్టు నుండి తప్పించుకోలేకపోయాను. ఇప్పటిదాకా నేను పుట్టిపెరిగిన నా ఊరు నుంచి తరిమికొట్టిన జనమే పాడు మనుషులని అనుకున్నాను. కానీ ఈరోజు నేను ఈ బయటి ప్రపంచంలోకి వచ్చాక మా ఊరి కంటే ఇంకా పెద్ద పాడు ప్రపంచం వుందని ఆ డ్రైవరు నాకు తెలియజేశాడు.

మరుసటి రోజే చెప్పాపెట్టకుండా బెంగళూరుకు వచ్చేశాను. నేను నేరుగా ఈ కె.ఆర్.మార్కెట్‌కు వచ్చాను. దాదాపు పన్నెండేళ్ళుగా ఇదే మార్కెట్‌లోని వీధుల్లో, సందు సందుల్లో, మసీదు ఆవరణలో, రోడ్డు పక్కనున్న ఫుట్‌పాత్‌లపై పడుకుంటూ, రోడ్డు పక్కనున్న సాయిబుల హోటళ్లలో పనిచేస్తూ, మిగిలిపోయిన మాంసపు ముక్కలు తింటూ, అదే ఫుట్‌పాత్ మీద పడుకుని ఆకాశంలోని నక్షత్రాలతో మాట్లాడుతూ ఇప్పటి వరకు రోజులను గడిపాను.

ఈ బెంగుళూరుకు నేను వచ్చినప్పుడు నాలాంటి వ్యక్తులు ఈ ప్రపంచంలో లేరని అనుకున్నాను. అయితే నాలాంటివారిని చాలా మందిని చూశాను. మా వర్గానికి చెందినవారి సంఘం కూడా ఉంది. మార్కెట్‌కు రాగానే నాకు 'జాఫర్' అనే నాలాంటి (?) కుర్రవాడు పరిచయమయ్యాడు. అతనే నాకు ఈ విషయాలన్నీ చెప్పాడు. ఒకసారి ఆ సంఘం కార్యాలయానికీ తీసుకెళ్లాడు. కొందరిని పరిచయం చేశాడు. నేను ముందే చెప్పినట్లు, వ్యక్తిగతంగా నన్ను నేను హిజ్డాగా అంగీకరించలేను. నేను కూడా ఒక మగవాడినే అనే భావన నా మనస్సులో

ఉండేది. కానీ సమాజం నన్ను భిన్నంగా చూస్తోంది. నేను కొన్ని రోజులు సంఘంతో తిరిగినా, ఎందుకో నాకు వారితో కలిసి వుండటం ఇష్టం లేకపోయింది. వాళ్లంతా బతుకుతెరువు కోసం తార్పుడుగాళ్లుగా, స్వలింగ సంపర్కులుగా, దొంగలుగా, ఇంకా అనేక చెడు వృత్తులు చేస్తుండేవారు. కొన్ని రోజులు వీటన్నిటినీ చాలా దగ్గరగా చూశాను. విసుగొచ్చింది. అప్పటికే నేను నిజమైన పాడు జగత్తులోని చెడు అనుభవాలను అనుభవించాను. ఈ విధమైన జీవితం నాకు వద్దని అనిపించింది. వదిలేశాను. అదే స్నేహితుడు జాఫర్ తనకు తెలిసినవారి హొటల్లో పని ఇప్పించాడు. రోజంతా అవే ప్లేట్లు, అవే నీళ్లు, అవే మాంసపు ముక్కలు... ఫుట్‌పాత్ ఆకాశం, నక్షత్రాలు, కలలు...

నాకు ఒదిగిన ఈ దౌర్బల్యం నిజంగానే ఆ దేవుడు ఇచ్చింది. అందువల్ల నేను ఆ దేవుడిని ఎప్పుడూ ద్వేషిస్తాను. పాపం మా కంటే అమాయకమైన మూగజీవాలను హిజ్డాలుగా మార్చడం చూసి నాకు చాలా బాధ కలిగేది. ప్రతిరాత్రి నాతోపాటు ఫుట్‌పాత్‌పై పడుకునే కుక్కలన్నీ ఈరోజు బీజాలను కోల్పోయాయి. మా ఏరియాలోని కుక్కలన్నీ తాగుబోతులను, దొంగలను చూస్తే మునుపట్లా పెద్దగా మొరిగి భయపెట్టడం లేదు. పాపం, చిన్నపిల్లల దగ్గర వున్న బ్రెడ్ మీది ఆశతో పిల్లలను కొరికి గాయపరిచి ఉండవచ్చు. ఆ మాత్రానికే ఆ మునిసిపాలిటి వాళ్లు దొరికిన కుక్కలన్నింటిని పట్టుకుని వాటిని మాలా హిజ్డాలుగా మార్చడం నాకైతే సమంజసంగా అనిపించలేదు. అదేదో సంతానం కలగకుండా చేశారని విన్నట్టు గుర్తు. వెనుకటి కాలంలో రాజులు చెరసాలపాలైన ఖైదీలను హిజ్డాలుగా మార్చి తమ రాణుల, ఉంపుడుగత్తెల సేవకోసం నియమించేవారట. ఇది మరొకసారి పునరావర్తనమైందా? ఇప్పుడు ఈ వీధి కుక్కలు మా గుంపులో చేరినట్టు అనిపించింది.

ఈ బెంగళూరులో నేను గుర్తుపెట్టుకోవలసిన నా జీవితంలోని సంఘటన అంటే నేను పెళ్లి చేసుకోవడం! 'అవునా, నీకు పెళ్లయిందా? నీకు కూతురును ఇచ్చిన మహానుభావుడు ఎవరు?' అని అడగకండి. కనుబొమ్మలు ముడి వేయకండి.

అది నాలుగేళ్ల క్రితం జరిగిన ఘటన. అది నా పాలిట పెళ్లి. ఆమె పాలిట మోసం. అవును, నేను ఆమెను ఇష్టపడ్డాను, ప్రేమించాను. ఈ ప్రేమ

స్త్రీ పురుషుల మధ్య ఉండే ప్రేమనా? లేక స్వలింగ సంపర్కుల మధ్యనున్న ప్రేమనా? నాకు తెలియదు!

ఆమె కూడా మొదట్లో నన్ను ఇష్టపడింది. ఆమె అదే మార్కెట్లో కూరగాయలు అమ్ముతుండేది. నేను అటు వైపు వెళ్లినప్పుడల్లా ఆమె కంట పడేవాడిని. ఆమెకు నా పట్ల ఇష్టం కలగడానికి అదే 'సండే మార్కెట్'లో అమ్మే సెకండ్ క్లాస్ జీన్స్ దుస్తులు వేసుకుని ఆమె ఎదుట ఓ పెద్ద మగవాడిలా తిరిగేవాడిని. ఆమె చాలా పేదరాలు కావచ్చు. మిగిలిన కూరగాయలను చిన్న చిన్న కుప్పలుగా పెట్టి చిల్లర కాసులకు అమ్మేది. ఇద్దరం ఇష్టపడ్డాం. నా గురించి తెలిసో తెలియకో పెళ్లి చేసుకుంది. మా ఇద్దరి పెళ్లి బెంగళూరులోని నారాయణపురంలో జరిగింది. ఆమె మాత్రం పెళ్లికి ముందు చాలా మందితో పడుకుంది. అది ఆమె బతుకుతెరువు. పెళ్లికి ముందరి ఆమె వ్యవహారాల పట్ల నాకు ఎలాంటి అభ్యంతరాలు లేవు. కొన్ని రోజులపాటు మా సంసారం బాగానే ఉంది. చేతిలో ఉన్న డబ్బంతా ఖర్చయింది. చివరికి ఆమె తన పాత అలవాటునే కొనసాగించింది. బహుశా మొదట్లో ఆమెకు నేనొక అనుకూలమైన వ్యక్తినని అనిపించి నన్ను పెళ్లి చేసుకోవడానికి అంగీకరించి ఉంటుందని నా అభిప్రాయం.

మొదట్లో నేనొక నిస్సహాయుడని తెలిసిన తర్వాత కూడా ఆమె కొన్ని రోజులు సంసారం చేసింది. నా చేతిలో ఉన్న డబ్బంతా అయిపోయాక నా బలహీనత గురించి హీనంగా మాట్లాడి వెళ్లిపోయింది. "నీ సామర్థ్యం, నీ నపుంసకత్వం పెళ్లికి ముందే నాకు తెలిసివుంటే నీ మొహం కూడా చూసేదాన్ని కాదు" అని చెప్పింది. ఆమె మొదటే చాలామంది శరీరాలను రుచి చూసింది, ఇప్పుడు ఆమె ఎక్కడ ఉందో నాకు తెలియదు. గత కొన్నేళ్లుగా ఈ వైపు చూడలేదు. మా మధ్య ప్రేమ కొద్దిరోజుల్లోనే ముగిసింది. అప్పట్లో నేను ఒక పెద్ద మగవాడిలా ఆమె ముందు తిరిగాను. నిజానికి అది నా తప్పు. అలాగైతే ఆమెకు నేను రాత్రిపూట మంచం విరిగేలా సుఖాన్ని ఇచ్చివుంటే మాత్రమే మంచి భర్తను అయ్యేవాడినా? నేను ఆమెకు మంచి స్నేహితుడిగా ఉండకూడదా? అలా ఆశపడకూడదా? కేవలం దాంపత్య జీవితం అంటే ఇంతేనా? ఆమె నాలో ఇష్టపడింది నా దగ్గర ఉన్న డబ్బు, మగతనం కోసం కావచ్చు. కానీ నేను ఆమెకు శ్రేయోభిలాషిగా ఉండాలనుకున్నాను. నాకు చెప్పేవారు కానీ,

నా మాటలు వినేవారు కానీ ఎవరూ లేరు. అందువల్ల నాకు మరొకరి అవసరం ఉండేది. అది నేను ఆమెలో చూశాను. కేవలం శారీరక సుఖాన్ని ఇచ్చేవాడు మాత్రమే భర్తనా? అలాగైతే ఈ లోకంలో భార్యాభర్తల దాంపత్యం దానివల్లనే సాగుతోందా? నా అంతరంగాన్ని ఆమె అర్థం చేసుకోనే లేదు. ఆమె నన్ను విడిచిపెట్టినప్పటి నుండీ, నాకు అదే ఫుట్‌పాత్, అదే ఆకాశం, అదే కల. వందల ప్రశ్నలు...? సమాధానం కోసం ఇంకా వెతుకుతూ ఉన్నాను.

నాకు ఇప్పుడు దాదాపు నలభై ఏళ్లు ఉండొచ్చు. ఇన్ని సంవత్సరాలలో నా జీవితంలోని అందమైన ఆనందకరమైన రోజులను నా బాల్యంలో మాత్రమే గడిపాను. ఆ రోజులు తలుచుకుంటే నేనెందుకు పెద్దవాడినయ్యానా? అని చాలాసార్లు అనిపించింది. ఆ రోజుల తరువాత, నేను అనుభవించింది కేవలం బాధ, హింస, అవమానం, జుగుప్స. చూసినవన్నీ పాడు ముఖాలు.

నా జీవితంలోని వెనుకటి రోజులను తిరిగి చూసుకుంటే నాకు ముందుగా గుర్తుకు వచ్చేది మా అమ్మ. ఇప్పుడు ఆమె ఉందో లేదో నాకు తెలియదు. ఆమెను, నా అక్కలను ఎప్పటికీ మరచిపోలేను. నాలో నేను చూసింది శారీరక దౌర్బల్యం కంటే మానసిక దౌర్బల్యమే ఎక్కువ. ఎక్కడో బతకాలనే చిన్ని ఆశ. నేను మానసికంగా నిస్సహాయుడిని.

ఆ రోజు మా ఊరిలో మా ఊరిజనాన్ని, నా తండ్రిని ఎదురించడానికి సాధ్యం కాలేదు. నాలోని బలహీనత, నిస్సహాయత వారికి తెలుసు. ఇదే బెంగుళూరులో ఈ చెడ్డమనుషులను చూసి బెదిరాను, భయపడ్డాను. ఒకవిధంగా మా ఊరి చెరువు నుంచి సముద్రంలో పడ్డాను. ఇక్కడి పెద్దపెద్ద మృగాల చేత మోసపోయాను. శారీరకంగా లైంగికంగా హింసించబడ్డాను. వాళ్లను కూడా నేను ఎదురించలేదు. బాధనంతా నెమ్మదిగా భరించాను. ఈ పాడు జనం నా మీద స్వారీ చేశారు. గంతులేశారు. నన్ను హింసించి సంతోషం పొందారు. అప్పుడు కూడా నేను వాళ్లను ఎదురించలేదు, శారీరకంగానే కాకుండా మానసికంగా కూడా నేను వారిని ఎదుర్కోలేదు. ఆ రోజు ఆమె తనకు సరిగ్గా సుఖం ఇవ్వడానికి సామర్థ్యం లేనివాడని, నాలాయక్ అని నన్ను ఛీకొట్టి వెళ్లిపోయినా, ఆమెకు నా మనసులోని అభిప్రాయాన్ని చెప్పలేదు. నేను ప్రతి సందర్భంలోనూ మౌనంగా ఉన్నాను. అన్నీ చూస్తున్నానే తప్ప నా మనసులో

ఉన్నది చెప్పేవాడినికాదు.

ఇదే నా నపుంసకత్వం.

నా మనసులోని నిస్సహాయతే నిజమైన హిజ్డా.

ఈ సమాజాన్ని ఎదుర్కోవాలని అనిపించేది. ఎక్కడో ఒక వైపు భయం, ఎక్కడ చంపేస్తారో, ఎక్కడ తొక్కేస్తారో అని ఆలోచించానే తప్ప దాన్ని ఎలా ఎదుర్కొని నిలబడాలో ఆలోచించలేదు. బ్రతకడం వల్ల ఏం ప్రయోజనమో ఆలోచించలేదు. నా శారీరక బలహీనతపై నాకు కోపం లేదు, ఇప్పటికీ 'నేను ఒక పెద్ద మగవాడిని'. మానసికంగా 'నేనొక హిజ్డా'. ఈ సమాజాన్ని నేను మానసికంగా ఎదుర్కోవడం సాధ్యం కానేలేదు.

ఓడిపోయాను.

ఈ విధమైన నపుంసకత్వం నా ఒక్కడిలో మాత్రమే కాదు.

నా కంటే శారీరకంగా దౌర్బల్యం లేని చాలామందిలోనూ నేను దీన్ని చూశాను.

నా అభిప్రాయం ప్రకారం, మానసిక దౌర్బల్యపు నపుంసకత్వం ముందు శారీరక దౌర్బల్యపు నపుంసకత్వం చాలా చిన్నది. ఇన్ని సంవత్సరాలలో, ఇన్ని రాత్రులను అదే ఫుట్‌పాత్ మీద పడుకుని అదే ఆకాశం, అవే నక్షత్రాలు, అవే వందలాది ప్రశ్నలు, అయితే చివరికి సమాధానం మాత్రం దొరికింది. ఇన్ని సంవత్సరాలలో జరిగినదంతా తలుచుకున్నాను. కళ్లలో నీళ్లు మాత్రమే ఉన్నాయి.

ఎందుకో ఆ రోజు విపరీతమైన జ్వరం వచ్చింది.

జ్వరం తలకెక్కింది.

మరుసటి రోజు ఎవరో నన్ను విక్టోరియా ఆసుపత్రిలో చేర్చారు.

మెలకువ వచ్చినపుడు మంచం మీద ఉన్నాను.

కాళ్లు వణుకుతున్నాయి. ఎవరో నా మంచం దగ్గరికి వచ్చినట్టు అనిపించింది.

"నిన్ను చూసుకోవడానికి ఎవరున్నారు?" అని అడిగారు.

నేను 'లేరు' అన్నట్టు మౌనంగా తల ఊపాను.

"ఛీ... ఎందుకు వస్తారో... ఈ హాస్పిటల్‌కు చావడానికి...?" అని

అంటూ అటు వైపు వెళ్లిపోయింది.

ఎందుకో ఒళ్లు కాస్త చల్లబడింది.

బతికి వుండీ, చావడం అంటే ఇదేనా?

❖

కామునివీధి కుర్రవాళ్లు

బనవాసిలో ఉన్న 'కామునివీధి' అనే వీధికి ఈ పేరు రావడానికి ముఖ్య కారణమే వీధిలో కాముడిని కాల్చటం. బనవాసిలోని అధినాయకుడైన శ్రీ మధుకేశ్వరుని దేవాలయం వెనుక భాగంలో ఉన్న ఈ వీధిలో మహావుంటే ఇరవై నుండి ముప్పై ఇళ్లు ఉండొచ్చు. దేవుడి పూజ జరిగిన తర్వాత పల్లకిలో మోసుకుని వచ్చే శ్రీమధుకేశ్వరుని సన్నిధిలోని కాగడా నిప్పుతో మరొక కాగడాను వెలిగించుకుని 'ఓ' అంటూ బిగ్గరగా కేకవేస్తూ, పెద్దగా ఊపిరి పీల్చుకుంటూ, ఆ యువకుడు పరుగుతీస్తాడు. తను తీసుకొస్తున్న కాగడా నిప్పును ఆర్పటానికి ఎదురుగా నిలబడ్డ యువకులను తప్పించుకుంటూ వచ్చిన ఆ యువకుడు కాముని చితికి నిప్పు పెడతాడు. ఆ సమయంలో అతను మెరుపు వేగంతో శివుని మూడో కంటి నుంచి వెలువడిన నిప్పుకణికలా దూసుకొస్తాడు. ఒక్క క్షణంలో, కాముని చితికి నిప్పు అంటుకుని చుట్టువున్న జనులంతా 'లబ...లబ' మంటూ నోళ్లు కొట్టుకోవడం మొదలుపెడతారు. సామాన్యంగా ఎవరైనా చనిపోతే అందరూ చేరి నోరు కొట్టుకుంటూ ఏడవడం సహజం. ఇంకొన్ని చోట్ల అది సంప్రదాయం. ఇక్కడ చనిపోయినవాడు బొమ్మ రూపంలో ఉన్న కాముడు అంటే కామదేవుడు- మన్మథుడు. ఆ అగ్నిలో అతడు కాలి బూడిదైపోతాడు.

పురాణంలోని కామదేవుని పురాణ కథ అందరికీ తెలిసినదే. ఏటా వచ్చే కాముని పున్నమి రోజున అమ్మమ్మ ఆ కథను తప్పకుండా చెప్పేది. శివుని తపస్సును భంగం చేసేందుకు దేవేంద్రుడు రతీమన్మథులను కైలాసానికి పంపుతాడు. శివుడు అత్యంత తీవ్రమైన తపస్సు చేస్తుండటం చూసిన రతీమన్మథులు, అతని తపస్సుకు భంగం కలిగించడానికి తమ సకల కళలను

ప్రయోగిస్తారు. ఎక్కడో ఒక చోట తన తపస్సుకు ఎవరో సూదిమొన అంత అంతరాయం కలిగించడం చూసిన శివుడు కొంచెం విచలితుడయ్యాడు. మూసిన తన కళ్లను తెరిచాడు. ఎదురుగా రతీ మన్మథులు ఉద్రేకపరిచే భంగిమలో నిలబడివున్నారు. శివునికి కోపం నెత్తికెక్కుతుంది. తన జటాజూటంలో ఉన్న గంగ మాట కూడా వినకుండా మూడో కన్ను తెరుస్తాడు. క్షణంలో శివుని కోపానికి రతీమన్మథులు కాలి బూడిద అవుతారు. అబ్బా... శివపురాణం చదివినవారికి శివుడు తన మూడో కన్ను తెరవటం ఈ ఒక్క సందర్భంలోనే కావచ్చేమోనని భావిస్తారు! అలాగైతే ఆ శివుని మూడో కంటిలో అంత శక్తి దాగివుందా! దాన్ని తెరిస్తే ఈ జగత్తు ఏమిటి, మొత్తం బ్రహ్మాండమే దగ్ధమైపోతుందా? అంత గొప్పశక్తి ముక్కంటి అయిన శివుని మూడో కంటికి వుందా? కాముని కథ విన్నప్పుడల్లా ఇలాంటి ఎన్నో ప్రశ్నలు మన మనసులో మెదులుతాయి.

మా అమ్మమ్మ కాముని కథను అత్యంత ఆసక్తికరంగా చెప్పిన ప్రతిసారీ, శివుడి మూడో కన్ను గురించి ఆమె నొక్కి చెప్పిన మరో విషయం మమ్మల్ని మరింత భయపెట్టేది. శివుడు అతి త్వరలో తన మూడో కన్ను తెరవబోతున్నాడట. అప్పుడు ప్రపంచం మొత్తం ఏమిటి, మొత్తం బ్రహ్మాండమే నాశనం అవుతుందట. అప్పుడు మనమంతా చనిపోతామట. అలాంటి రోజులు చాలా దగ్గరలో ఉన్నాయట. అమ్మమ్మ మాటలు జీర్ణించుకోవడం కష్టంగా ఉండేది. ఆ మాటలు మమ్మల్ని తీవ్రమైన విచారానికి గురిచేసేవి. మా తాతా, అమ్మమ్మలకు వయసు దాటింది. ప్రళయానికి రావటానికి ముందే వాళ్లు చనిపోతారు. కానీ మేము ఇంకా చిన్నవాళ్లం. పెద్దవాళ్లమై ఇంకా ఏదేదో సాధించాల్సింది ఉంది. ప్రళయం వస్తే మనం అనుకున్నదంతా జరుగుతుందా? బనవాసి అనే చిన్న ప్రపంచంలో అలాంటి సుఖ సందర్భాల వాతావరణం లేకపోయినా ఎవరో ఎక్కడో చెప్పిన కాల్చిన మసాలా దోసె రుచిచూస్తూ గంటల తరబడి కబుర్లు చెప్పాలని, కొత్త బట్టలు కట్టుకుని మెరిసిపోవాలనే కోరిక, కార్వార్ సముద్రాన్ని చూడాలన్న కోరిక, జోగ్ జలపాతంలో దిగాలన్న తపన... ఈ విధమైన చిన్న చిన్న కోరికలు ఉన్న మా అందరికి ఈ కామన్న కథాప్రసంగం అత్యంత భయాన్ని కలిగిస్తోంది. అందువల్ల వీధి ప్రాంగణంలో ప్రతి ఏటా జరిగే 'కామ దహనం'

మాకు అంత ఆసక్తికరంగా కనిపించేది కాదు.

ప్రతి సంవత్సరం బనవాసిలో హెూలీ పండుగ రోజున 'కామ దహనం' నిర్వహించే ఆచారం అత్యంత ప్రాచీనమైనది. శివుని మూడవకన్ను అంటే ఇక్కడ కామదేవుడిని కాల్చే అగ్ని అని అర్థం, ఇక్కడ కామునివీధి నుండి ఒక కుర్రవాడు మధుకేశ్వర స్వామి ముందున్న దీపం నుంచి అగ్నిని తీసుకురావడానికి సిద్ధంగా నిలుచుంటాడు. మధుకేశ్వరుడి నుంచి తీసుకున్న ఆ నిప్పుకణికను వెలిగించుకుని చిరుతపులిలా పరుగెత్తుకొస్తాడు. నిప్పుకణికను వెలిగించుకుని పరుగున వచ్చే వీధి కుర్రవాడి శరీరంలో అఖండమైన శక్తి దాగి ఉంది. ఎదురుగా ఎవరు వచ్చినా లెక్కచేయకుండా నిప్పు వెలిగించుకుని పరుగెత్తుకుంటూ వస్తున్న ఆ వీధి కుర్రవాడి దేహంలో ఎంతటి శక్తి దాగివుంటుంటే ఎదురుగా ఎవరరొచ్చినా లొంగడు. ఎదురుగా వచ్చినవారిని పట్టించుకోకుండా పరుగెడుతూ వుంటాడు. నిప్పు వెలిగించిన తర్వాత 'కాముని చితి' చుట్టూ కామునివీధి జనం కేకలు వేస్తూ చితి చుట్టూ చేరుతారు. మహిళలు, పెద్దలు, తాతలు, అవ్వలు తమ తమ ఇళ్లలోని చిన్నపిల్లలను తీసుకొచ్చి చితి చుట్టూ మూడుసార్లు ప్రదక్షిణలు చేయించి, తమపై, పిల్లలపై కామదేవుడి కృప ఉండాలని వేడుకుంటారు. చితిలో కాలి నల్లబారిన పేడపిడకలను తీసుకుని, దానిపై చల్లటి నీళ్ల పోసి ఆ మసిని ముఖానికి పూసుకుని, ఇతరులకూ పూసి అందరూ ఆ రోజు నల్లమూతి కోతుల్లా కనిపించేలా వుండడం ప్రత్యేకత.

ఆ కాముని వీధిలో వీధి కుర్రవాళ్లే కాకుండా ఉప్పారవీధి, రథం వీధి వైపు నుంచి కామునివీధి కుర్రవాళ్ల స్నేహితులూ వచ్చి ఒళ్లంతా కాల్చిన పేడపిడకల మసిని పూసుకుని నేరుగా వరదా నది తీరానికి వెళ్లి నదిలో మునిగి ఒంటికి అంటిన కాముని మసిని కడుక్కుని తమ ఇళ్లకు చేరడం ఆచారం. ఈ విధానం వందలాది ఏళ్లుగా వస్తోంది. అయినప్పటికీ, ఈ కామునివీధి ఈ ఆచారణ ఏ ఏటికి ఆ ఏడు తన ప్రాముఖ్యతను కోల్పోతున్నప్పటికీ, బనవాసి పెద్దలు గతంలో ఆచరిస్తున్న కాముని ఆచారణను, అప్పుడు జరిగిన సంఘటనలను గుర్తుచేసుకుంటారు. 'కామ దహనం' జరిగిన ఆ రోజు సాయంత్రం వర్షం వచ్చి కామదేవుని చితిని శాంతింపజేయడం కూడా ఒక విధంగా ఆశ్చర్యం కలిగిస్తుంది.

ప్రతి సంవత్సరం కాముని పున్నమి వచ్చిందంటే అదొక పెద్ద పండుగ. వీధి కుర్రవాళ్లకు పండుగ కేవలం సాకు అయితే, ఆ సాకును కారణంగా చూపించి నాన్న బయటికి వెళుతున్నానని కూడా అమ్మకు చెప్పకుండా వెళ్లడానికి కారణమూ అవుతుంది.

కాముని పున్నమి ఆచరించడమంటే సామాన్యమా? వీధి కుర్రవాళ్లంతా ఒక చోట చేరాలి. ఎవరో ఒక పెద్దమనిషి నాయకత్వంలో ఏమేమి చేయాలి, ఎవరెవరికి ఏ బాధ్యతలు అప్పగించాలో నిర్ణయించాలి. అలాగని ఇదంతా ఖర్చు లేకుండా చేయగలమా? కామున్ని మూడు రోజులు ఉంచడానికి పందిరి కట్టాలి, ప్రతి సంవత్సరం ప్రదర్శించే కామన్న, రతీదేవి బొమ్మలకు రంగులు వేయాలి. కాల్చడానికి ఒక బండి కట్టెలు, వందలకొద్దీ పిడకలు కావాలి. చేతి ఖర్చులకు డబ్బులు సమకూర్చాలి. కాల్చిన తర్వాత వసంతం ఆడటానికి రంగులు తీసుకురావాలి. ఊర్లో బాగా డబ్బున్నవాళ్లు చేతి ఖర్చులకు డబ్బులకు ఇచ్చి, తమ వంతు భాగం ఉండనీ అని చెప్పేవాళ్లను వేళ్ల మీద లెక్కపెట్టవచ్చు. ఏమి చేయాలన్నా కుర్రవాళ్లే పరుగులు తీయాలి. డబ్బులు సేకరించాలి. తెల్లవారు జామున మూడింటికే లేచి కట్టెలు దొంగిలించాలి. పాఠశాలకు వెళ్లాల్సిన రోజులకు సెలవు పెట్టాలి. ఇతర వీధులవారికి లేని బాధ్యత మీకు మాత్రం ఎందుకు? అని కాముని వీధి కుర్రవాళ్లను గురువులు తిట్టాలి. ఇదంతా ప్రతి సంవత్సరం మామూలే! అందుకని కామ దహనం ఆచారాన్ని వైభవంగా జరపడం ఆపగలమా? 'కాముని వీధి' అని పేరు పెట్టిన వీధికి అవమానం కలిగినట్టుకాదా? అలాగని వీధి కుర్రవాళ్లు సామాన్యులు కారు. ఒకరి కంటే ఒకరు పోకిరీలు. కలపను దొంగతనం చేయడంలో, చందాలు సేకరించడంలో, పెద్ద పందిరి వేసి లబలబమని నోరు కొట్టుకుని కేకలు వేయటంలో కామునివీధి కుర్రవాళ్లు సాటిలేనివారు. అందుకే వీధి కుర్రకారంతా ఏడాది పొడవునా రకరకాల కారణాలతో గొడవపడినా కాముని పండగ విషయంలో మాత్రం ఒక్కటయ్యేవారు. చేయవలసిన పనులను వాళ్లల్లో వాళ్లు పంచుకునేవారు. కట్టెలు సమకూర్చడం బసవరాజు పని, పేడ పిడకలు తీసుకుని రావడం పుట్టలింగ పని, పందిరి వేయడం దయానంద పని, రతీమన్మథుల బొమ్మలకు రంగులు వేయడం నాగరాజు పని, కాముని చితికి

నిప్పు అంటించడం దత్తణ్ణ పని, ఇంటింటికీ వెళ్లి కాముని పున్నమి కోసం డబ్బు వసూలు చేయటం కేశవ పని, వసంతోత్సవాలకు రంగులు తయారు చేయడం శంభన్న పని, ఇలా వీధిలోని చాలామంది కుర్రవాళ్లు పనులు చేయడానికి ఎగబడేవారు. ప్రతి పని చేయడం కోసం ఇద్దరు ముగ్గురు కుర్రవాళ్లను నియమించేవాళ్లు. ప్రతి సంవత్సరం ఒక్కో కుర్రవాడికి ఒక్కో బాధ్యత అప్పగించేవారు. ఈ సంవత్సరం ఒక బాధ్యత ఇస్తే, మరుసటి సంవత్సరం ఇంకొక బాధ్యతను ఇచ్చేవారు. ఈ కుర్రవాళ్లందరికీ నాయకత్వం వహిస్తున్న కుశాలప్ప పిల్లలందరినీ కలగలుపుకుని ప్రతి సంవత్సరం కాముని వీధి జరిగే ఈ ఆచరణను చక్కగా నిర్వహించేవాడు.

రతీమన్మథుల ఇద్దరి ముఖాలను ఏ కాలంలో తయారు చేశారో తెలియదు. కొందరు వాటిని తయారు చేయించి దాదాపు యాభై ఏళ్ల అయివుండొచ్చని అంటారు. అయితే కాముని వీధిలో ఈ ఆచరణకోసం ఈ బొమ్మలను ఎవరు చేయించి ఇచ్చారనే ప్రశ్నకు వీధిపెద్దల దగ్గర సమాధానం లేదు. ప్రతి సంవత్సరం కాముని ముఖాకృతిని, మూడు అడుగుల రతీదేవి బొమ్మను రంగులు వేసి అలంకరించేవారు. కాముని ముఖాకృతికి దట్టంగా అతికించిన రాక్షస మీసాలు, తలమీద ఒక కిరీటం, ఇది కాముని రుండం కథ అయితే, మొండానికి మరో పెద్ద కథే ఉంది. కాముని మొండానికి ఏటా ముడ్డి దగ్గర చిరిగిన ఒక ప్యాంటు, బటన్ ఊడిపోయిన చిరిగిన చొక్కా వెతకాల్సి వచ్చేది.

ప్రతి సంవత్సరం శాస్త్రిగారి అబ్బాయి రమాకాంత తన పాత ప్యాంటు, షర్టు ఇచ్చేవాడు, కొన్నిసార్లు ప్యాంటు ఇస్తే చొక్కా ఇచ్చేవాడు కాదు. 'ఈసారి కొత్త చొక్కా కుట్టించలేదు. కుట్టించి ఉంటే పాత చొక్కా ఇచ్చేవాడిని' అని చెప్పి రమాకాంత్ ఒక్కొక్కసారి తప్పించుకునేవాడు. రమాకాంత్ ఇచ్చిన చొక్కాకు సరిపోయే ప్యాంట్ వెతకాలి. దొరికిన ప్యాంటు, చొక్కా, లోపల ఎండు గడ్డి నింపి, ప్యాంట్ చొక్కాలకు రెండు మూడు పిన్నులు వేసి, వాటిని జోడించి, పొట్టను, కాళ్లను లావుగా తయారు చేసి, ఈ మోడర్న్ చొక్కా ప్యాంట్ తొడుక్కున్న మొండానికి, కిరీటం ధరించిన కామన్న ముఖాకృతిని జతచేర్చి, శ్యాంభట్టుగారు ఇచ్చిన చెక్క కుర్చీలో కూర్చోబెడితే, కాముని సొగసే మరో విధంగా ఉంటుంది.

చుట్టూ కొబ్బరి మట్టలతో అల్లిన కాముని పందిరి ఉన్న ముంగిలిని వీధి స్త్రీలు పేడతో బాగా అలికి, శ్యాంభట్టుగారి ఇంటి కుర్చీలో రతిదేవిని చంకలో పెట్టుకుని కూర్చున్న కామునికి మూడు రోజులు నూనె దీపాన్ని వెలిగించి పూజిస్తారు. ఈ మూడు రోజులు కళ్లు మూసి తెరిచేలోగా గడిచిపోతాయి. మొదటి రోజు కామన్నను అలంకరించి, పందిరి వేసిన ముంగిట్లో కూర్చోబెట్టి పూజ చేయటమే పెద్దపని. మరుసటి రోజు కొంత డబ్బు వసూలు చేస్తారు. రాత్రి పొద్దుపోయిన తర్వాత గుత్యప్ప ఇంటి ఎద్దులబండిని కట్టుకుని ఇంటింటికి వెళ్లి కట్టెలను, పేడపిడకలను సేకరించుకుని వస్తారు. అలా బండి వెళుతున్నప్పుడే ఎవరి ఇంట్లో బాగా ఎండిన లావాటి మొద్దులు, దుంగలు, కట్టెలు ఉన్నాయో, మంచిజాతి చెట్టు ఉందో చూసుకుని వస్తారు. పన్నెండు గంటల తర్వాత అలా గుర్తు పెట్టుకున్న ఇంటి పెరట్లోకి ప్రవేశించి, ఎండిన, లావైన మొద్దులను మోసుకుని వచ్చేవారు. ఇలా ప్రతి సంవత్సరం కొన్ని ఇండ్ల కలపను దొంగిలించడం కామన్న వీధిలో సర్వసాధారణం. ఈ రాత్రికి వచ్చి దొంగతనం చేస్తారని తెలిసిన వెంటనే కొందరు తామే ఒక మోపు కట్టెలను తెచ్చివేసేవారు. లేదా ఆ రాత్రంతా మెలకువగా ఉండి కలపను కాపాడుకునేవారు. మరుసటి రోజు ఇలా సేకరించిన కట్టెలన్నీ ఎద్దుల బండిలో నింపుకుని 'కామన్న మక్కళు ...కళ్ల సుళ్ల మక్కళు... ఏనేను కద్దరు ... కట్టిగె కుళ్లు కద్దరు...' అని ఒక్కగొంతుకతో అరుస్తూ గత రాత్రి చేసిన సార్థకమైన పనిని వీధికంతా తెలిసేలా చాటింపు వేయడం కామన్న వీధిలో సాధారణ విషయమే. ఇలా ఒకసారి కామన్నను కాల్చడానికి కట్టెలు దొంగిలించినప్పుడు జరిగిన పొరబాటు ఆ సంవత్సరపు వేడుకలో పెద్ద దుమారాన్ని రేపింది. దీన్ని కామునివీధి కుర్రవాళు కావాలనే చేశారా లేదా తెలియక చేశారా అన్నది పెద్ద చిక్కుముడిగానే మిగిలిపోయింది. కామునివీధిలో జరిగిన ఈ ఘటన సుమారు నలభై-యాభై ఏళ్ల నాటిది.

కామునివీధి చివరన సదాశివశెట్టి ఇల్లు ఉంది. శెట్టికి పొలాలు, తోటలు అంటూ చాలా భూమి ఉంది. దానికి తగినట్లు దిగుబడి, ఆదాయం అన్నీ ఉన్నాయి. ఆర్థిక పరంగా శెట్టి బాగున్నాడు! అతని ఇల్లు వీధి చివరన వుండటం వల్ల ఇరుగుపొరుగు ఇండ్లు కొంత దూరంలో ఉన్నాయి. విశాలమైన,

మనిషి ఎత్తున్న, వెడల్పయిన పాతకాలంనాటి దృఢమైన గోడలతో. నలుపురంగు పెంకుల ఇల్లు, ఇల్లు మొత్తం సగం మట్టితో, మరో సగం సాగువాను, టేకు, పనస, చెట్ల కలపతో నిర్మించారు. పైగా చాలా పాత ఇల్లు. ఇంటి వెనుకనున్న పెరడు చాలా విశాలంగా ఉండేది. పెరట్లో కొబ్బరి, పోక, మామిడి చెట్లు ఉండేవి. నర్సరీ మొక్కలూ ఉండేవి. మరో పక్కన రాశులుగా పడివున్న కర్ర దుంగలు... పెరట్లోకి దూరితే నెల కూలీకి సరిపడా సరుకును దోచుకుని రావడానికి ఇబ్బంది లేదని శెట్టి ఇంటికి కూలీపనులకు వెళుతున్న కూలీమనుషులు చెప్పేవారు. సదాశివశెట్టి వీధిలోని ఈ రకమైన ఆచరణ, జాతర, గణేష్ చతుర్థి, పండుగపబ్బాలకు డబ్బులు ఇవ్వడం తక్కువే. అడిగితే ఎంతో కొంత ఇచ్చి సాగనంపేవాడు. అందువల్ల ఎవరూ చందాల కోసమో, విరాళాల కోసమో అతని ఇంటికి వెళ్లేవారు కాదు. ఇంట్లో హండాలకొద్ది సంపద కుళ్లిపోతున్నా సదాశివశెట్టి చూపులు ఇతరుల ఇంటి పేడమీదనే ఉంటాయని జనం మాట్లాడుకునేవారు. అయితే అతని పెరటింట్లో ఉన్న నాణ్యమైన కలప మీద చాలా మంది దృష్టి ఉంది.

సదాశివశెట్టి ఇటీవల అటవీశాఖ అనుమతితో తన తోటలో బాగా బలిసిన పనస, టేకు చెట్లను నరికించాడు. ఆ చెట్లను నరికించడానికి కూడా కారణం ఉంది. సదాశివశెట్టి తానున్న బనవాసిని విడిచిపెట్టి సాగరలో స్థిరపడాలనే ఆలోచనలో ఉన్నాడు. అతని పిల్లలు అక్కడే చదువుకుంటున్నారు. అందువల్ల సాగర చుట్టుపక్కల ప్రాంతాల్లో మంచి ఇంటిస్థలాన్ని కొని అద్భుతమైన ఇంటిని నిర్మించుకోవాలని అనుకున్నాడు. ప్రస్తుతం ఉన్న ఇల్లు పిత్రార్జితంగా వచ్చింది. ఆయన ఆ ఇంటికి దత్తపుత్రుడిగా వచ్చాడు. సంతానం లేని రంగన్న శెట్టి ఆస్తికి వారసుడయ్యాడు.

సాగరలో అద్భుతమైన ఇంటిని నిర్మించాలనుకున్న సదాశివశెట్టి దాని కోసం మంచి జాతుల చెట్లను కోయించి పెట్టాడు. చాలా మంది కళ్లు ఈ చెట్లపై వుండేవి. ఈ విషయం అతనికి కూడా తెలుసు. అతను పెరటింట్లో పడుకోవడం అతను అలవాటు చేసుకున్నాడు. కానీ ఆ సంవత్సరం కాముని పండుగ సమయంలో, శెట్టికి సాగరకు వెళ్లవలసిన అవసరం ఏర్పడింది. ఆ రోజు సదాశివశెట్టి ఇల్లు నిర్మాణానికి కావసిన స్థలం చూసేందుకు వెళ్లాడు.

అతను ఊళ్లో లేకపోవడం వల్ల, ఇంటి పెరట్లోకి చొరబడటానికి ఈసారి కామునివీధి కుర్రవాళ్లకు అవకాశం దొరికింది. ఎండిన మంచి జాతికర్రలను మోసుకురావాలని కుర్రవాళ్లు నిర్ణయించుకున్నారు. సదాశివశెట్టి సాగర్‌కు వెళ్లిన విషయం వీధికుర్రాళ్లకు ముందురోజే తెలిసింది. రాత్రి ఆ ఇంట్లోకి వెళ్లేందుకు నలుగురు కుర్రవాళ్లు సిద్ధమయ్యారు. ఎద్దుల బండి సిద్ధమైంది. ఎద్దుల మెడలో కట్టిన గంటలను తొలగించారు. బండి చక్రాలకు కందెన పూసి, చప్పుడు లేకుండా సాఫీగా వెళ్లేలా జాగ్రత్త పడ్డారు. రాత్రి పదకొండు గంటల ప్రాంతంలో శెట్టి పెరటి వెనుక ఉన్న మామిడితోపులో బండి ఆగింది. ఒకడిని బండికి కాపలాపెట్టి, మిగిలిన కుర్రవాళ్లు పెరటి కంచె దూకి లోపలికి ప్రవేశించారు. ఇంట్లో ఉన్న అతని భార్య, తల్లి ఇంకా నిద్రపోలేదు. ఓ గంట నిరీక్షణ తర్వాత ఇంటి లైట్లు ఆరిపోయాయి. మరో అరగంట గడవాలని కుర్రవాళ్లు అక్కడే దాక్కుని కూర్చున్నారు. కాసేపు ఎదురుచూశారు. ఎక్కువసేపు ఆగడం మంచిది కాదని కుర్రవాళ్లలో ఒకడైన పుట్టణ్ణ కలప ఉన్న గదిలోకి దూరాడు. ఆ చీకట్లో ఏ జాతి చెట్టో, ఏది బాగా ఎండిపోయిందో, ఏది పచ్చిగా వుందో చూసుకునే సమయం లేదు. మిత్రులను లోపలికి రమ్మని సైగ చేశాడు. మిగిలినవాళ్లు లోపలికి వెళ్లారు. కుప్పలుతెప్పలుగా పడివున్న చెక్కముక్కలను ఎత్తుకెళితే కచ్చితంగా అనుమానం వస్తుందని అందులో ఉన్న మొద్దులను, కర్రదుంగలను మాత్రమే దొంగిలించాలని నిర్ణయించుకున్నారు. కోసిన ముక్కలను మెల్లగా ఎత్తి కింద పెట్టసాగారు. పదిపదిహేను దుంగలు ఎత్తేసరికి కింద కొన్ని ఎండిన కర్రదుంగలు కనిపించాయి. అందులో రెండు మందపాటి చెట్టుమొదళ్లు కనిపించాయి. 'లేపండ్రా వాటిని' అని పుట్టన్న గుసగుసగా అన్నాడు. మిగిలిన కుర్రవాళ్లు ఏ చెట్టు, ఏ జాతి అని చూడకుండా, మెల్లగా వాటిని ఎత్తుకుని నిశ్శబ్దంగా ఎద్దుల బండిని నిలిపిన తోపు వైపు కదిలారు. ఒక్కొక్క దారిలో ఒక్కొక్క చెట్టుమొద్దు అన్నట్టు మూడునాలుగు దారులలో నాలుగు ఎండిన చెట్టుమొదళ్లను సాగించారు. ఆ తర్వాత పక్కన పెట్టిన చెక్క ముక్కలను అనుమానం కలగకుండా మొదట పేర్చినట్టు ఒకదానిపై ఒకటి పేర్చారు. తర్వాత చప్పుడు చేయకుండా కంచెను దాటి బండి ఎక్కి వచ్చేశారు.

రాత్రి గడిచింది.

మరుసటి రోజు కాముని వీధి ఎప్పటిలాగే లేచింది. ఆనాటి సంఘటనలకు సాక్ష్యమయ్యేలా కళ్లను విప్పుర్చుకుని చూస్తోంది. వీధిలోని మొదటి ఇంటి నుండి ఎద్దుల బండి బయలుదేరింది. బండిలో రాత్రి బయల్దేరిన కుర్రవాళ్లతోపాటు మరో ముగ్గురు, నలుగురు కుర్రవాళ్లు చేరారు. అందరూ బిగ్గరగా కామునివీధి మొత్తానికి వినిపించేలా, "కామన్న మక్కళు... కళ్ల సుళ్ల మక్కళు... ఏనేను కద్దరు ... కట్టిగె కుళ్లు కద్దరు..." అని అరవసాగారు. కుర్రవాళ్లలో గతరాత్రి దొంగిలించిన ఉత్సాహం ఇంకా ఉంది. దొంగిలించిన చెట్లముక్కలు ఏ జాతికి చెందినదో అని ఉదయం కూడా తనిఖీ చేయడానికి వాళ్లు ప్రయత్నించలేదు. పందిరిలో అప్పటికే కాముడు చనిపోయాడని అందరూ భావించేలా ఆయన కూర్చున్న కుర్చీని తొలగించి కాముడిని నేలపై వెల్లికిలా పడుకోబెట్టారు. కాముని ముందు రతీదేవి బొమ్మను నిలిపారు. రతీదేవి కళ్లకు నూనె పూశారు. ఆ నూనె నెమ్మదిగా ఆమె చెంపల మీద కారుతోంది. చూసేవారు ఆమె ఏడుస్తోందని అనుకోవాలి!

కాముని చితి సిద్ధమైంది. సదాశివశెట్టి ఇంటి పెరట్లోంచి దొంగిలించిన చెక్కముక్కలను మధ్యలో పెట్టి, నాలుగు వైపులా మందపాటి నాలుగు గూటాలు కొట్టి, లోపల కట్టెలు, పేడపిడకల రాశి, ఒక చిన్న అరిగిపోయిన టైరు, దాని మీద కాముడి గడ్డిబొమ్మ, దాని మీద మళ్లీ చెక్కముక్కలు, పిడకలు పెట్టారు. మంటలు నాలుగు దిక్కుల్లో ధగధగమని ఎగిసిపడి కట్టెల రాశి కాలిపోయేలా చితిని తయారు చేశారు.

మధుకేశ్వరుడి పల్లకి రాగానే కాగడకు నిప్పు అంటించుకుని పరుగెత్తుకుంటూ వచ్చినవాడిని అడ్డుకోవడానికి కొందరు పచ్చికొమ్మలతో చీపురులను తయారు చేసుకున్నారు. నిప్పు అంటించుకుని వచ్చిన ఒకని నిప్పు ఆరిపోయింది. అతని వెనుక ఉన్న ఇంకొకడు మాత్రం ఎవరి చేతికి దొరకకుండా కామునికి నిప్పంటించాడు. చూస్తూ చూస్తుండగానే నిప్పు అంటుకుని మంటలు చెలరేగాయి.

పుండలీక భట్టుగారు ఇంటి నుంచి తెచ్చిన నూనెను కట్టెల మీద కుమ్మరించారు. దాదాపు పదిహేను అడుగుల ఎత్తుకు మంటలు ఎగిశాయి. కాముని వీధిలోని కుర్రవాళ్లు, ఆడవాళ్లు, పిల్లలు అందరూ మంట చుట్టూ

తిరుగుతూ కేకలు వేసి, లబలబమని నోరు కొట్టుకోసాగారు.

పదకొండుగంటల సమయంలో సదాశివశెట్టి సాగర నుండి బనవాసికి వచ్చాడు. కాముని వీధిలో నడుచుకుంటూ వస్తుండగా కుర్రవాళ్లందరూ శెట్టిని చూడగానే అతనివైపు పరుగెత్తారు. హఠాత్తుగా శెట్టిని మోసుకుని కాముని మంటల దగ్గరికి తీసుకొచ్చారు. శెట్టికి కోపం పొంగుకొచ్చింది. "వదలండ్రా... ముండా కొడుకుల్లారా..." అని బిగ్గరగా అరిచాడు. శెట్టి చంకలోని బ్యాగ్ కింద పడింది. శెట్టిని మోసుకుని కాముని చితి చుట్టూ కనీసం మూడు ప్రదక్షిణలు వేయకపోతే ఎలా? అని కుర్రవాళ్లు అనుకున్నది చేశారు. మూడుసార్లు తిప్పి కిందికి దించేసరికి శెట్టికి తల గిర్రన తిరిగినట్లయింది. కొద్దిసేపు అలాగే నిలబడి కుదుటపడ్డాడు. కళ్లు తుడుచుకుంటూ భగభగమని మండుతున్న మంటవైపు చూశాడు. ఆ మంటల జ్వాలలో పెరటింట్లోని కట్టెల రాశి గుర్తొచ్చింది. కింద పడిన తన బ్యాగు చంకలో పెట్టుకుని ఇంటివైపు గబగబా అడుగులు వేశాడు. భార్య కాళ్లు కడుక్కోవడానికి నీళ్లు తెచ్చిచ్చినా, ఆమె వైపు చూడకుండా పెరటింటి వైపు పరుగెత్తాడు. పెరటింట్లో పేర్చిపెట్టిన ముక్కలు పెట్టినట్టే ఉన్నప్పటికి, లోపల సందుల్లో ఉన్న కట్టెలను జరిపినట్లు కనిపించింది. శెట్టికి అనుమానం వచ్చింది. పైన ఉన్న ఒక్కొక్క టేకుముక్కలను కింద పెట్టాడు. లెక్క ప్రకారం చూస్తే రెండు మూడుముక్కలు తక్కువైనట్టు అనిపించింది. రాశిలో దాచిన చెట్టు మొదళ్లు కనిపించకపోవడంతో శెట్టి నిర్ఘాంతపోయాడు. శెట్టి గుండెలు బాదుకుంటూ బిగ్గరగా కేకలు పెట్టసాగాడు. ఆయన కేకలకు భార్య రాధమ్మ పరుగున వచ్చింది. లోపల పెట్టిన మూడు చెట్టుమొదళ్లు కనిపించకుండా పోయాయని చెప్పాడు. ఆమెకు ఆ చెట్లు ఏ జాతికి చెందినవో తెలియదు. పైగా సదాశివశెట్టి తన భార్యకు కూడా ఈ విషయం చెప్పనేలేదు. కారణం ఆమెతో అనేక సంవత్సరాలు కాపురం చేసినందువల్ల ఆమె మనసులో ఏమీ దాచుకోలేదని, ఆమె నోట ఏ విషయమూ ఉండదనే వాస్తవం తెలుసు. కామ దహనానికి కావలసిన కట్టెలు రాత్రి తన ఇంటి నుండి దొంగతనం చేసి తీసుకుని వెళ్లారని తెల్లవారుజామున ఆమెకు తెలిసింది. ఆమె మౌనంగా కూర్చోలేదు. తెల్లవారుజామునుండే ఆమె వీధి కుర్రవాళ్లను ఇష్టమొచ్చినట్లు తిట్టింది. ఇప్పుడు ఇంటి యజమాని ఇలా అరవడం చూసి ఆమె గుండె దడదడలాడింది. ఏమిటని అడిగింది. శెట్టి నిజం

కక్కలేదు. "దొంగ లంజకొడుకులు... దొంగ ముండాకొడుకులు..." అని తిడుతున్నాడే తప్ప అసలు విషయం మాత్రం చెప్పలేదు. శెట్టి ఇల్లు కట్టిస్తున్నాననే నెపంతో భార్యకు తెలియకుండా తమ తోటలో పెరిగిన గంధం చెట్లను నరికించాడు. అదెలా జరిగిందంటే ఫారెస్ట్ ఆఫీస్ నుంచి టేకు, నీలగిరి చెట్లు నరకడానికి అనుమతి తీసుకుని ఆ చెట్లతోపాటు ఈ గంధపు చెట్లను నరికించాడు. గంధపు చెక్కల వాసన బయటకు రాకుండా వాటి చుట్టూ పనస, నీలగిరి, టేకుచెట్ల ముక్కలను జోడించాడు. లోపల దాచిన గంధపు ముక్కలు ఎవరికి కనిపించకూడదనే ఉద్దేశమూ అందులో ఉంది. ఈ విషయాన్ని శెట్టి తన భార్యకు కూడా చెప్పలేదు. రాత్రికి రాత్రి ఆకస్మాత్తుగా కట్టెలు దొంగిలించటానికే వచ్చిన కామునివీధి కుర్రవాళ్లు తమకు తెలియకుండానే కర్ర దుంగలు ఎత్తుకెళితే తెలుస్తుందని అడుగున ఉన్న చెట్టుమొదళ్లను ఎత్తుకెళ్లారు. చీకట్లో మోసుకునిపోయిన తొందరలో ఆ చెక్కముక్కలు ఏ జాతివో కూడా వాళ్లు చూసుకోలేదు. ఉదయం లేవగానే ముందువెనుకా చూడకుండా ఈ గంధపు చెక్కముక్కలను 'కాముని చితి'లో చేర్చేశారు.

సదాశివశెట్టి గొంతులో ఇప్పుడు పచ్చివెలక్కాయ చిక్కుకున్నట్లు అనిపించింది. గంధంచెట్ల కర్రలను దొంగిలించారని కాముని వీధి కుర్రవాళ్లకు చెబితే, ఆ నేరం తన తలకు చుట్టుకుని పోలీస్ స్టేషన్, ఫారెస్ట్ ఆఫీస్ చుట్టూ తిరగాల్సి వస్తుందని గ్రహించి తేలు కుట్టిన దొంగలా మిన్నకుండిపోయాడు. అయినా సదాశివశెట్టి కోపం కుర్రవాళ్లను తిట్టేంతవరకూ తగ్గలేదు. శెట్టి, ఇంటి ముందున్న రోడ్డు మీదికి వచ్చి, దూరంలో కేకలు వేస్తున్న కుర్రవాళ్లను చూసి, "లంజాకొడుకుల్లారా ...ముండాకొడుకుల్లారా...మా ఇంటి కట్టెలే దొంగతనం చేస్తారా? మీరు పాడైపోతారు... నాశనమైపోతారు...నా శాపం మీకు తగులుతుంది"... అంటూ అరుస్తుంటే అటువైపు నుంచి కుర్రవాళ్లు. "కామన్న మక్కళు కళ్లసుళ్ల మక్కళు... శెట్ర మనేలి ఏనేను కద్దరు, కట్టిగె, కుళ్లు, కద్దరు...' అని బిగ్గరగా శెట్టికి వినిపించేలా అరిచారు.

శెట్టి కోపం నెత్తికెక్కింది.

కాముని చితి నిప్పు ధగధగమని మండుతోంది.

అతని మనసులోని క్రోధపు నిప్పు కూడా కాముని చితిలా మండుతోంది.

ఆ మంటల్లో శెటి గంధపు చెక్కలు కాలి బూడిదయ్యాయి.

శెట్టి నేరుగా వచ్చి స్నానాలగదిలోకి దూరాడు. దొంగిలించిన ఆ చెక్కముక్కలు గంధపుచెట్టు ముక్కలని చివరి వరకూ ఆ కుర్రవాళ్లకు తెలియనే లేదు. దొంగిలించిన కలపను త్వరగా తరలించే హడావిడిలో, గంధపు చెక్కల వాసన కుడా ఈ కుర్రవాళ్ల ముక్కులకు తగలలేదు. శెట్టి తన భార్య నోటి మీద నమ్మకం లేక శ్రీగంధం చెట్ల ముక్కలు ఇంట్లో దాచడం గురించి చెప్పలేదు.

ఆ రోజు సాయంత్రం 'దేవుడు సత్యమే' అన్నట్లు వాన కురిసి కాముని చితిని పూర్తిగా ఆర్పింది. ఇది జరిగిన మరుసటి సంవత్సరం కాముని పండుగ వచ్చేలోపు, సదాశివశెట్టి తన కుటుంబంతో బనవాసి నుండి సాగరకు తరలిపోయాడు.

కామునివీధిలో ఇప్పటి వరకు అనేక తరాలు బతుకుసాగిస్తూ 'వరదా' నది తీరాన ఉన్న మట్టిలో కలిసిపోయాయి. ప్రతి ఊరు-వీధి అన్న తర్వాత ఇలాంటి ఆసక్తికరమైన సంఘటనలు జరుగుతూనే ఉంటాయి. బనవాసి కూడా దీనికి మినహాయింపు కాదు. ప్రతి సంవత్సరం శివరాత్రినాడు వరదానది పాదాల వద్ద స్నానాలు చేయడం జరుగుతూనే ఉంది. అనేక ఊళ్ల నుంచి భక్తులు శివరాత్రి రోజున శ్రీక్షేత్రం మధుకేశ్వరునికి అభిషేకం, బిల్వపత్రాలు సమర్పించేందుకు బనవాసికి వస్తారు. శివుని తేనెరంగు రాతి విగ్రహాన్ని చూడటమే బనవాసి గొప్ప సొగసు. సాలంకృతంగా మధుకేశ్వరుడిని అలంకరిస్తారు. శివరాత్రికి ఊరికి వచ్చిన వారిలో కొందరు వరద తీవ్రతకు కొట్టుకుపోయిన సంఘటనలు కూడా జరిగాయి. ఇలా వచ్చి మరణించినవారి బంధువుల ఆక్రందనలు, రోదనలు నది ఒడ్డున ఉన్న వెదురుమట్టల్లో దాగివున్నాయి.

దాదాపు ముప్పై-నలభై ఏళ్ల క్రితం జరుగుతున్న మధుకేశ్వర రథోత్సవ వైభవం ఈ రోజుల్లో లేదు. బనవాసిలో జరుగుతున్న ఆ రథోత్సవ వైభోగం, అప్పుడు ఉన్నటువంటి అడవి, అక్కడున్న పులులు, అడవి గేదెలు ఇప్పటి వారి కబుర్లలో మెదిలే జ్ఞాపకాలు మాత్రమే. కదంబుల పాలన నుండి నేటి వరకు దాదాపు రెండు వేల సంవత్సరాలలో జరిగిన మార్పులు, రాజధాని వైభోగాలు, విధ్వంసాలు, పోరాటాలు, దండయాత్రలు, చావులు, బాధలు, పంప సాహిత్యం,

రాజుల పాలన, సోదే రాజుల దానధర్మాలు, ఆచారాలు, వైదిక నేలలు, రథోత్సవం, తెప్ప వేయడం, కాముడిని దహించడం ఇలా ఊరిలో జరుగుతున్న, జరిగిపోయిన వేలాది సంఘటనలను ఎన్నో వేలసంవత్సరాల నుంచి తండ్రి శ్రీమధుకేశ్వరుడు, నదీమతల్లి వరదా చూస్తూనే ఉన్నారు. ఈ జ్ఞాపకాలన్నీ వరదానది లోతుల్లో, ఈశ్వరుని కళ్లలో దాగికూర్చున్నాయి. నేటికీ బనవాసిని వదిలి బతుకుతెరువు కోసం వెళ్లిన పిల్లలను, జనులను దూరం నుంచే వీళ్లిద్దరు చూస్తున్నారు.

ఇప్పుడు కాముని వీధి కుర్రవాళ్లు కూడా చాలా మారిపోయారు, పాతవాటిని మర్చిపోయారు. చాలామంది ఊరు వదిలి బెంగళూరుకు వలసపోయారు. కాన్వెంట్లో చదువుతున్న పిల్లలకు 'కామ దహనానికి' సెలవు ఇవ్వడం లేదు. కాముడు చనిపోయినపుడు నోరు కొట్టుకోవడానికి జనం గుమిగూడటం లేదు. కట్టెలు దొంగిలించేవారు లేరు. ప్రజలే కట్టెలు తెచ్చియిస్తారు. ఇలాంటి ఇబ్బందులన్నిటి నడుమ కూడా బనవాసిలో 'కాముని దహనం' మాత్రం ఇప్పటికీ ఆగలేదు. ఆచారం కేవలం సాకు మాత్రమే!

పోస్ట్ మార్టం

రాత్రి డ్యూటీ ముగించుకుని హాస్పిటల్ నుంచి ఇంటికి వచ్చేసరికి పన్నెండు గంటలైంది. దాహంతో ఎండిపోయిన గొంతులో చల్లటి నీళ్లు వొంపుకున్నాను. చంకలు, వీపు, నడుము కింది నుంచి కారుతున్న చెమటతో ఒళ్లు వేడెక్కినందువల్ల చొక్కా ప్యాంటు తీసి ఫ్యాన్ వేసుకుని చల్లటి సిమెంటు నేలపై పడుకున్నాను. వరుసగా పదహారు గంటల పని, ఈ మధ్యలో వచ్చిన మూడు నాలుగు ఆత్మహత్యల, హత్యల శవాలు. వాటి పోస్ట్‌మార్టం, వందలాది రోగులు, పల్స్ రేట్, హృదయ స్పందన, వెన్ను, ఉదరం, కాళ్లుచేతుల పరీక్ష; రోగం ముదిరిన మర్మాంగాల, గుదద్వారాల దర్శనం అన్నీ ఆ రోజు నా ప్రియురాలి పుట్టినరోజు ఫంక్షన్‌కి కూడా వెళ్లకుండా చేశాయి. చివరికి ఒక గ్రీటింగ్ మెసేజ్ కూడా ఆమెకు పంపలేకపోయాను. పాపం, ఏమనుకుందో ఏమో...?

'ఈ డాక్టర్‌ను చేసుకుంటే నువ్వు జీవితాన్ని అనుభవించినట్లే' అని ఆమె స్నేహితురాలు కళావతి చెప్పింది నిజమని నమ్మిందా? అయినా ఆమె అపార్థం చేసుకోకూడదని రాత్రి ఒంటిగంటకు ఫోన్ చేశాను. తన మొబైల్ ఫోన్ మోగినప్పటికీ, ఆమె నా కాల్‌ని తీసుకోలేదు. నా మీద బాగా కోపగించుకుని వుండొచ్చని అనిపించింది. మౌనంగా ఉండిపోయాను. తిరిగి వచ్చి చల్లటి నేలపై పడుకున్నాను. ఒంట్లోని వేడి చల్లబడింది. అయినా ఆ రోజు నా మనసులో భగభగమని మండిపోతున్న వందలాది విషయాల జటిలతల వేడి ఇంకా తగ్గలేదు. ఇలాగే పక్కమీద ఐదారు సార్లు అటూ ఇటూ దొర్లినా, బయటకి వచ్చి నాలుగైదు సిగరెట్లు కాల్చినా, ఫ్రిజ్‌లోని విస్కీ బాటిల్ నుంచి మరో నాలుగు పెగ్గులు వేసుకున్నా నా కళ్లకు విశ్రాంతి దొరకలేదు. మనసులో

నన్ను ఆవరించుకున్న నల్లటి మబ్బులు వర్షాన్ని కురిపించక నాతో ఆడుకుంటున్నాయి.

నేనెప్పుడూ ఒంటరిగా శవాన్ని కోసి పోస్టుమార్టం పరీక్ష చేయలేదు, ఈరోజు నేనొక్కడినే మూడు శవాలను పోస్టుమార్టం చేయడం చూసి నా మనస్సులో ఒక విధమైన చిన్న ఆలోచన, భయం చోటు చేసుకున్నాయి. నేను డాక్టర్‌ను కావాలని ఆశపడటానికీ, నా చిన్నతనంలో చెరవు పక్కనున్న పంపుసెట్ ఇంట్లో జరిగిన రంగమ్మ శవం పోస్ట్‌మార్టంకూ అవినాభావ సంబంధం ఉంది. చిన్నప్పుడు నేను చూసిన ఆ పోస్ట్‌మార్టం అస్పష్టమైన చిత్రాలు జీవితపు బాల్యంలోనే ఒక కొత్త ఆలోచనకు గురిచేశాయి. ఒక విధమైన భయం, దుఃఖం, విషాదం, ఆసక్తులుం కుతూహలాలు ఇంకా అనేక యోగ్యమైన అనుభవాలకు చోటు కల్పించాయి.

నేను ఇటీవలే ఎంబిబిఎస్ పూర్తి చేసి, ఇంకా ప్రాక్టీస్‌లో దశలో ఉన్నాను. అప్పటిదాకా హాస్పటల్‌కి వచ్చిన ఎన్నో శవాలను నా స్నేహితులతో, కొన్నిసార్లు సీనియర్ డాక్టర్లతో కలిసి చేస్తున్నప్పటికీ మనస్సనే గూడును చుట్టుముట్టే ఆలోచనలు నాకు లేవు. కొన్నిసార్లు శవాన్ని కోస్తున్నప్పుడు భయపడినా నాతోపాటు ఉన్న అమ్మాయిల ముందు చూపించుకునేవాడిని కాదు. లోలోపల ఒక విధమైన పిరికి స్వభావం కలవాడిని. ఈరోజు నాతో ఉన్న ఇద్దరు మిత్రులు ఏవో కారణాలు చెప్పి కనిపించకుండా పోయారు. అందువల్ల ఆ రోజు పనులన్నీ నేనే చూసుకోవాల్సి వచ్చింది.

ఆస్పత్రిలోని ఎనిమిదో వార్డులో ఉన్న శవాన్ని తెచ్చి గదిలో వేశారు. విషం తాగి ఆత్మహత్యకు పాల్పడిన ఇరవై ఏళ్ల కాలేజీ అమ్మాయి. బయట ఆవరణలో ముగ్గురు నలుగురు పోలీసులు ఏవేవో తనిఖీలు చేస్తున్నారు. ఆమె బంధువులు, సోదరులు, తల్లిదండ్రుల రోదనలు భరించలేక నా మనస్సు కలత చెందింది. పోస్ట్‌మార్టం రూమ్‌కు వెళ్లాను. అప్పటికే భద్రయ్య ఆ అమ్మాయి బట్టలన్నీ తీసేసి నగ్నంగా చేశాడు. నేను వెళ్లి పోలీసుల నుండి వివరాలు సేకరించి, నా రిపోర్ట్‌లో ఆమె పేరు, వయస్సు రాసుకున్నాను. ఒక్కసారి గంభీరంగా ఆ ఇరవై ఏళ్ల అమ్మాయి శవాన్ని చూడగానే నా కాళ్లలో శక్తి క్షీణించటం అబద్ధం కాదు. అది ఒక్కసారిగా లోతుల్లో ఉన్న మూలాలను

పెకిలించి వేసినట్లు అనిపించింది. ఆమెను చూడగానే మనసు లోతుల్లో మౌనంగా కూర్చున్న మా ఊరి రంగమ్మ శవాన్ని చూసినట్టు అనిపించింది.

ఈ అమ్మాయి ఆమెలాగే లేతఎరుపు రంగులో ఉంది. అదే శరీర నిర్మాణం, వయస్సు కూడా ఒకటే కావచ్చు. ఆమె ఉరి వేసుకుని చనిపోయినపుడు పెళ్లయి రెండో–మూడో ఏళ్లు గడిచాయి. ఆమెకు పదిహేడుకో, పద్దెనిమిదికో వివాహం జరిగినట్టు అనిపిస్తుంది. సరిగ్గా గుర్తుకు రావడం లేదు. ఆలస్యం చేయకుండా భద్రయ్య ఆమె మెడ అంచు నుండి కింద యోని వరకు పదునైన కత్తితో నెమ్మదిగా ఆమె శరీరాన్ని చీల్చి అటూ ఇటూ కదిలేలా చేశాడు. ఆ నరకసదృశ్య దృశ్యాన్ని నేను చూడలేకపోయాను. కళ్లు మూసుకున్నాను. నా చేతులు వణుకుతున్నాయి. అయినా నేను డ్యూటీలో ఉన్నాను, తప్పకుండా చేయాలి; అనివార్యం. భద్రయ్యకు చాలా ధైర్యం. కొంచెం కూడా భయం లేనట్టు అతని ముఖం నిశ్చలంగా ఉంది. అవును, ఇదే విధమైన ముఖం రంగమ్మ శవాన్ని ఎంకన్న కోసేటప్పుడూ అదే సహజమనిపించే, భయం లేని హావభావాలు నాకు గోచరించటం గుర్తుకు వచ్చింది. తర్వాత భద్రయ్య మెల్లగా ఆమె తల పగలగొట్టడం మొదలుపెట్టాడు. 'టక్... టక్...' అనే శబ్దం, రాను రాను 'కటక్... కళచ్...' అంటూ తల పగిలింది. భద్రయ్య చేస్తున్న ఉలి, సుత్తి శబ్దాలు ఒక్కసారిగా నన్ను పదిహేనేళ్లు వెనక్కి తీసుకెళ్లాయి.

దాదాపు ఎనభై నుంచి వంద ఇళ్లు ఉండే మా ఊరిలో ఇప్పుడు ఉన్నట్టు అప్పట్లో ప్రభుత్వ ఆసుపత్రులు లేవు. సరైన రోడ్లు లేవు. ఇంటి ముందు, ఊరువాడల రోడ్లన్నీ ఎర్రటి రంగు బురదమట్టితో నిండిపోవడంతో వర్షాకాలంలో ఈ ఎర్రటి మట్టి అంతా తేలుతూ కాల్వలలో ఎర్రటి రక్తం ప్రవహిస్తున్నట్లు అనిపించేది. నేను ఎంబిబిఎస్ మొదటి సంవత్సరంలో ఉన్నప్పుడు మా ఊరి రోడ్లకు తారు వేశారు. ఇంటిముందు ఆడుకుంటూ మట్టిరోడ్డులో దొర్లుతూ కుర్రవాళ్లతో బొంగరాలు, లగోరి, గిల్లీదండ, గోలీలాట మొదలైనవి ఆడేవాణ్ణి. అప్పుడప్పుడు వీధిలోని పిల్లలతో గొడవ పడినపుడు ఆ గొడవలు ఇంటి వరకూ వచ్చేవి. మా నాన్నగారికి నేను ఒక్కడే కొడుకు కావటం వల్ల నా తుంటరితనాలు, మొండితనాలు భరించాడు.

చదువులో మహా మూర్ఖుడినైన నేను ఐదవ తరగతిలో రెండుసార్లు

ఫెయిల్ అయ్యాను. చివరికి మా నాన్న బంగారప్ప మాస్టారుకు కొంత డబ్బు ఇచ్చి నేను ఏడోతరగతి పాసయ్యేవరకు చూసుకున్నాడు. ఈ విధంగా చిన్నప్పుడు నేను చాలా మూర్ఖంగా, సోమరిగా ఉండేవాడిని. అలాంటి మూర్ఖుడు, సోమరి పిల్లవాడినైన నేను ఈరోజు డాక్టర్ కావటం చూస్తే నాకు నాకే ఆశ్చర్యం కలగటం నిజం. పొలం, ఇల్లు, తోట మొదలైనవి కలిగివున్న మా నాన్నకు వీడు అంటే నేను చదివితే ఎంత? చదవకపోతే ఎంత? అనే భావన వుండటమైతే నిజం. చదివినా చదవకపోయినా ఇంటిని, తోటను చూసుకుంటే జీవితం గడిచిపోతుందనే భావన అతనిలో ఉండేది. ఇలాంటి మా నాన్నతో పట్టుబట్టి పియుసి తర్వాత మెడిసిన్‌లో చేరాను. డాక్టర్ అయ్యాను. అంతా ఆ రంగమ్మ శవం పోస్ట్‌మార్టం మాయాజాలం కావచ్చు.

దళితవాడకు చెందిన ఎంక్టన్న ప్రతిరోజూ ఇంటి సమీపంలోని కోమట్ల పెరట్లోంచి 'అగలేరి' అని పిలవబడే మా ఊరి కాలిబాట గుండా మా ఇంటిని దాటి రోజూ పనికి వెళ్లేవాడు. అందువల్ల ప్రతిరోజూ ఉదయం లేదా సాయంత్రం అతను మా ఇంటికి వచ్చేవాడు. ఇంట్లో చిన్నచిన్న పనులు చేసుకుంటూ చాయ్, టిఫిన్ తిని వెళ్లేవాడు. అతని కోసమే అరుగు పైని చూరు సందులో ఒక అల్యూమినియం కంచం, ఒక లోటా పెట్టారు. ఒకసారి అతని లోటా, కంచాన్ని ముట్టుకున్నందుకు అమ్మ చేత తిట్టించుకున్నాను. అందరూ అతన్ని 'తల పగులగొట్టే ఎంక్టన్న' అని పిలిచేవారు. చిన్నప్పటి నుంచి అతణ్ణి చూసినప్పుడల్లా నేను చాలా భయపడేవాణ్ణి. అప్పుడప్పుడు నేను అనవసరంగా గొడవ పడితే, 'ఆ తల పగులగొట్టే ఎంక్టన్నను పిలుస్తాను చూడు' అంటూ అమ్మ భయపెట్టేది. నేను భయపడి వెంటనే నోరు మూసుకునేవాడిని. అతని కారునలుపు ముఖం, ఎర్రటి కళ్లు, నుదుటిపైన లావాటి ముడతలు, కాళ్లపై ముడిపడిన నరాలు ఉబ్బినట్లు కనిపించేవి. భుజం మీద నల్లటి కంబళి, నడుముకు కట్టుకున్న కట్టెలు నరికే కత్తితో భయం పుట్టించేవాడు. నన్ను చూసినప్పుడల్లా తన ఎర్రటి కళ్లను మరింత పెద్దవి చేసి బెదిరించేవాడు. అప్పుడు ఏర్పడే అతని నుదుటిపై ముడతలు చూసినపుడు నాకు చాలా భయం వేసేది. అతణ్ణి ఎందుకు 'తల పగులగొట్టే ఎంక్టన్న' అని పిలుస్తారో నాకు మొదట్లో అర్థం కాలేదు.

కొన్నిసార్లు ఎంక్టన్న మా ఇంటివైపు వస్తున్నప్పుడు తన కొడుకు హాలేశిని

తీసుకొచ్చేవాడు. అలా హాలేశితో నాకు మంచి స్నేహం ఏర్పడింది. వాడు నాకంటే రెండు మూడు సంవత్సరాలు పెద్దవాడు కావచ్చు. ఆరో తరగతిలోనే పాఠశాల మానేశాడు. హాలేశి నాతో చనువుగా ఉండటంతో నేను ఒకసారి వాణ్ణి–

"ఒరే, మీ నాన్నను ఎందుకు 'తల పగులగొట్టే ఎంకట్టన్న' అని పిలుస్తారు?" అని అడిగాను.

"మా నాన్న శవాల తలలు పగులగొడతాడు అందుకే ఆ పేరు" అన్నాడు.

"మీ నాన్నకు అంత ధైర్యమా?" అని ఆశ్చర్యంతో అడగటంతో–

"అవును ...మరి... " అని చెప్పి వాడు పకపకా నవ్వాడు.

నాకు వాడి తండ్రి పట్ల కుతూహలం అంతటితో ఆగలేదు. హైస్కూల్‌కి వచ్చిన తర్వాత ఇంటికి వచ్చే జీతగాళ్లతో అతని గురించి ఆరా తీసేవాడిని. 'ఎంకట్టప్ప యువకుడిగా ఉన్నప్పుడు అప్పటి న్యాయవాది సోమప్ప ఇంట్లో పనిచేస్తూ ఉండేవాడట. అంతే కాకుండా కులవృత్తి కారణంగా చచ్చిపోయిన ఆవుల, గేదెల చర్మాలను వలిచి ఎండలో బాగా ఆరబెట్టి చదును చేసి అమ్మేవాడు. ఎవరైనా చనిపోయినప్పుడు శవం ముందు తప్పెట వాయించేవాడు. ఆ రోజుల్లో మా ఊరిజనం పోలీస్, కోర్టు అంటూ ఎవరూ ఎక్కువగా తిరిగేవారు కాదు. ఏదైనా ఆత్మహత్య, హత్యలు, కొట్లాటలు జరిగినా పోలీసులకు సమాచారం ఇచ్చేవారే కాదు. పదిమైళ్ల దూరంలో ఉన్న పోలీసులు రావటానికి ముందే పోలీసులకు శవం దొరకకుండా బంధువులే శవాన్ని కాల్చివేసేవారు. ఒకసారి పూజారి హనుమంతప్ప విషం తాగి మరణించినప్పుడు, పోలీసులు రాకముందే అతని శవాన్ని పూడ్చిపెట్టారు. అయినా పోలీసులు వదల్లేదు. ప్రజల వ్యతిరేకతల మధ్య శవాన్ని మట్టిలోంచి తీయించి, పోస్ట్‌మార్టం చేయించకుండా ఈ శవాన్ని మీకు ఇవ్వడానికి కుదరదని పట్టుబట్టారు.

అప్పట్లో పోస్ట్‌మార్టం అంటే ఎవరికీ తెలియదు. అందరూ, పోస్ట్‌మార్టం అంటే ఏమిటి" అని అడిగారు. ఊరి కరణం, సర్కిల్ ఇన్‌స్పెక్టర్, తహశీల్దార్ వచ్చి పంచనామా చేసి శవాన్ని పోస్ట్‌మార్టంకు పంపమని చెప్పి జీపు ఎక్కారు. పక్క ఊరి నుంచి ప్రభుత్వ వైద్యుడిని పిలిపించారు. అప్పటికే పోలీసులు శవాన్ని కోయడటానికి ఊళ్లో ఎవరైనా దొరుకుతారా అని అడిగారు. అందరి నోళ్లు

ఎంక్టన్న పేరు చెప్పారు. చచ్చిన పశువులు ఎంత బిగుసుకుపోయినా అరగంటలో చకచకమని పశువుల చర్మాలను వొలిచే సామర్థ్యమున్న ఎంక్టన్నకు మనిషి శవాన్ని కోయమని చెప్పినపుడు ఒక్కసారిగా ధైర్యం కలగలేదు. అయినా పోలీసులు అతడిని వదలకుండా డబ్బులు ఇచ్చి, రెండు ప్యాకెట్ల సారాయి తాగించి, వడ్రంగి రామప్ప నుంచి సుత్తి, ఉలిని, గొర్రెలు కోళ్ల మాంసం అమ్మే రహీం నుంచి కత్తిని తెప్పించుకుని, ఊరు బయట మా పొలం పక్కన వాగు ఒడ్డునున్న పంపుసెట్ ఇంటికి తెచ్చి అన్ని క్రియలు జరిపారు.

పంప్ సెట్ ఇంటి బయట గుమిగూడిన జనానికి ఏదో ఒక విధమైన కుతూహలం! 'పోస్టమార్టం అంటే ఏమిటి?', పోస్టమార్టం అంటే శవాన్ని బాగా కోసి అందులో ఏముందోనని చూడటం అని ఎవరో చెప్పటం విని, దాన్ని కొందరు అందరికీ చెప్పసాగారు.

చనిపోయిన పూజారి హనుమంతప్ప ఇంటివాళ్లు ఈ మాటలు విని, "అయ్యో... మా హనుమంతప్పను ఆ విధంగా కోయకండయ్యా... ఆ శివుడు మెచ్చడయ్యా..." అని అతని తల్లి హనుమవ్వ ఆర్తనాదాలు చేస్తోంది.

పోలీసులు ప్రజలు అటు వైపు రాకుండా తరుముతున్నారు. ఎంక్టన్న ధైర్యంగా తన పని ప్రారంభించాడు. లోపలున్న ప్యాకెట్ సారా బాగా పని చేసింది. చకచకా తల పగులగొట్టిన తర్వాత గొంతు నుంచి చంకల వరకు హనుమప్ప శవాన్ని కోసి చీల్చాడు. పరీక్షలన్నీ పూర్తయ్యాక శవాన్ని కుట్టి పొడవాటి తెల్లటి గుడ్డలో అతని శరీరాన్ని గట్టిగా బిగించి కట్టి కదలకుండా సిద్ధం చేశారు. బయటికి వచ్చిన ఎంక్టన్న ఊరి ప్రజల ముందు తాను చేసిన ఆ పని గురించి గొప్పలు చెప్పుకుంటూ తిరగసాగాడు. అప్పటి నుండే అతని పేరులో 'తల పగులగొట్టే' అనే విశేషణం చేరుకుంది. ఈ సంఘటన తర్వాత ఎంక్టన్నకు విపరీతమైన డిమాండ్ ఏర్పడింది. వేరు వేరు ఊళ్లల్లో ఇలాంటి కేసులు వచ్చినా ఇతన్ని తీసుకెళ్లసాగారు. ఇతను కమ్మరి రామప్ప చేత శాశ్వతంగా సుత్తి, ఉలి, కత్తులను చేయించుకున్నాడు. ఇప్పటి వరకూ వందలాది శవాల తలలు పగలగొట్టి ఉండవచ్చు, ఆ ఘటన తర్వాత జనం అతన్ని "తల పగులగొట్టే ఎంక్టన్న' అనే పేరుతో పిలవసాగారు.

నేను మా ఊరి రంగి శవం తల పగలగొట్టడాన్ని చూడటం ఒక

విధంగా ఆకస్మికంగా జరిగిన సంఘటన. అది నా జీవితంలో గొప్ప మలుపు తెచ్చింది. ఏడో తరగతి పాసయ్యాక వేసవి సెలవుల్లో ప్రతిరోజూ స్నేహితులతో కలిసి ఈతకొట్టడానికి నదికి వెళ్లేవాడిని. ఆ రోజు మా ఊళ్లో మరొక పెద్ద కేస్ అయింది. రోజంతా సారాయి తాగి గొడవ చేసి వేధించే నాగప్ప భార్య రంగమ్మ ఉరివేసుకుంది. పాపం! ఇంకా చిన్న వయసులో వున్న ఆడమనిషి. పోలీసులు ఆమె శవ పంచనామ జరిపి వాగు ఒడ్డున ఉన్న పంపుసెట్ ఇంటికి తీసుకొచ్చారు. జనాన్ని ఏ కారణంగానూ దగ్గర రాకుండా దూరంగా తరిమారు. అందరూ చాలా దూరం నుంచే లోపల ఏం జరుగుతుందోనని కుతూహలంగా శవం కోసం ఎదురుచూస్తున్నారు. ఆ ఇంట్లో వాళ్లు ఏమి చేస్తున్నారోనని నాకు చాలా కుతూహలంగా ఉండేది. ఎలాగైనా చూడాలని నిశ్చయించుకున్నాను. ముందరి తలుపు దగ్గర పోలీసులు ఉన్నారు. లోపల ఎంకట్టన్న, డాక్టర్ శవం దగ్గర వున్నారు.

ఇంటి వెనుక భాగం చెరువుకు అభిముఖంగా వుండటం వల్ల, నేను ఇంటి వెనుక నిలబడి ఉండటం ఎవరికి కనిపించటం లేదు. ఇంటి వెనుక వున్న కిటికీ నుంచి లోపల ఉన్నవాళ్లు నాకు కనిపిస్తున్నారు. నా ముఖం వారికి స్పష్టంగా కనిపించటం లేదు. వారి ఎదురుగా మీటర్ బోర్డు అడ్డంగా ఉంది. ఎంకట్టన్న రంగి శరీరంపై ఉన్న దుస్తులు తీసేసి నగ్నంగా చేశాడు. అప్పుడు డాక్టర్ ఆమె శరీరాన్ని పరిశీలనగా చూసి ఏదో రాసుకున్నాడు.

మా వీధిలోనే ఉంటున్న ఆమె ఇంటికి నేను ప్రతిరోజూ ఆడుకోవడానికి వెళ్లేవాడిని. ఆమె ఇంటి అరుగు మాకు పెద్ద ఆవరణం ఉన్నట్లు. కొన్నిసార్లు ఆమె ఇంట్లోనే భోజనం చేసి, మధ్యాహ్నం కొద్దిసేపు నిద్రపోయేవాడిని. పెద్దఊరప్ప కొడుకని నన్ను బాగా చూసుకునేది. ఈరోజు అదే రంగమ్మ చనిపోయి శవంగా పడుకుని ఉండడం చూసి ఒక్కసారిగా నా మనసు కరిగిపోయింది. అయినా నాలోని కుతూహలం అలాగే నిలబడేలా నన్ను ఆపింది. తర్వాత ఏం చేస్తారోనని ఎదురుచూస్తూ ఉన్నాను. డాక్టర్ ఆమె శరీరాన్ని కత్తితో కోసిన అన్ని భాగాలను తీసుకుని పరీక్షిస్తున్నారు. కొన్నింటిని చిన్న చిన్న డబ్బాలలో వేసి పెట్టుకుంటున్నారు. తర్వాత ఇంకేదో రాసుకుంటున్నారు. ఆమె శరీరంలోని భాగాలైన పేగులను, జఠరాన్ని, మూత్రపిండాలను తీసి తీసి పరీక్షించసాగారు. ఇవన్నీ ఏమిటో

నాకు ఒక్కసారిగా అర్థం కాలేదు. చివరగా, ఎంకన్న సుత్తి, ఉలితో ఆమె నుదిటి పైన వెంట్రుకల దగ్గర ఉలిని పెట్టి, సుత్తితో నెమ్మదిగా కొట్టడం ప్రారంభించాడు. 'టక్... టక్... కటక్, కళచ్...' అనే శబ్దాలు. ఆమె కపాలంలోని ఎముకలు, ముఖంలోని ఎముకలు విడిపోయి తల తెరుచుకుంది. తలలో చేయి వేసి ఎంకన్న ఏదో తీసియిచ్చాడు. డాక్టర్ ఇంకా ఏవేవో పరీక్షించాడు. అతని ముఖంలో అసహ్యం అనే భావన ఉండటం కనిపించలేదు. ముఖంలో సహజత్వం స్పష్టంగా కనిపిస్తోంది.

ఆ రోజు మీటర్ బోర్డు చాటు నుంచి చూసిన పోస్ట్‌మార్టం అస్పష్టమైన చిత్రాలు నన్ను తీవ్రమైన విచారానికి గురిచేస్తూ భయభీతుడ్ని చేశాయి. భోజనం చేయబోతే అన్నం సహించేది కాదు. పొట్టలో ఒక విధమైన వికారం. వాంతికి వస్తున్న భావన, అదే జ్ఞాపకం, ప్రతి రోజూ, ప్రతిక్షణమూ అవే అస్పష్టమైన చిత్రాలు. మనం చనిపోయినప్పుడు మనల్ని ఇలాగే చేస్తారా? అదేనా నానమ్మ చెప్పే నరకం కథ? నరకంలో ఉన్న యమధర్మరాజు, అతని రాక్షస సేవకులతో మరుగుతున్న నూనెలో మనల్ని ముంచుతాడట. పదునైన ఆయుధంతో మన శరీరాన్ని చిన్న చిన్న ముక్కలు చేస్తాడట. ముళ్లపాన్పు మీద పడుకోబెడతాడట, నానమ్మ చెప్పే కథలతో వీటిని పోల్చి చూసేవాడిని. రాత్రి వచ్చిన కలలో తల పగులగొట్టే ఎంకన్న ఆవరించుకునేవాడు. రాత్రి యమరాజు మనుషులను చంపటానికి, మన ప్రాణాలను పట్టుకుని పోవటానికి దున్నపోతు మీద ఎక్కి వస్తాడట. రాగానే గొంతుకు తాడు వేసి ఈడ్చుకుని వెళుతాడని నానమ్మ చెప్పినప్పుడల్లా, రాత్రి యమధర్మరాజు రూపంలో ఎంకన్న తన ఉలి, సుత్తి పట్టుకుని వచ్చి నా తల పగలగొడుతున్నట్లు అనిపించేది. ఎంకన్న యమరాజు అవతారం కావచ్చేమోనని నాకు అనిపించేది. నా కలలో అతను వచ్చినప్పుడంతా నన్ను మరింత భయం ఆవరించేది. భయంతో వణికిపోతూ అమ్మను గట్టిగా కరుచుకుని పడుకునేవాడిని.

ఉన్నత పాఠశాలలో చదువుతున్నప్పుడు, సైన్స్ సబ్జెక్ట్‌లో, అందులోనూ ముఖ్యంగా జీవశాస్త్రం పట్ల తీవ్రమైన ఆసక్తి పెరుగుతూ పోయింది. మనిషి శరీర నిర్మాణం పాఠాన్ని బోధిస్తున్నప్పుడు, మానవ శరీరంలోని వివిధ భాగాలను చూపిస్తున్నప్పుడు, పంప్‌సెట్ ఇంట్లో డాక్టర్ రంగమ్మ శరీరం నుండి వెలికి

తీస్తున్న అన్ని అవయవాల చిత్రం పాఠం చెబుతున్నప్పుడు మనస్సులో స్పష్టంగా ఏర్పడసాగింది. దాంతో నాకు సైన్స్ పట్ల అత్యంత ఆసక్తి పెరుగుతూ పోయింది. నేను చదువులో ఇతరులకన్నా చాలా తెలివైనవాడిని. అత్యంత గంభీరమైన వైఖరిని అలవరుచుకున్న నాకు సైన్స్ పట్ల జిజ్ఞాస మరింత పెరిగింది. పియుసి సైన్స్ విభాగంలో చదువుతున్నప్పుడు జువాలజీ ల్యాబ్‌లో కప్పలు, కీటకాలను చకచకా కోసి విడదీసి వాటి భాగాలను గుర్తించి చెప్పేవాడిని. ఇదే మునుముందు నాకు డాక్టర్‌గా కావడానికి స్ఫూర్తినిచ్చింది. నా మనస్సులో మొదట్లో ఉన్న ప్రశ్నలకు జవాబులు దొరికాయి. తలలు పగులగొట్టే ఎంకట్టన్నను చూసినప్పుడల్లా కలుగుతున్న భయం, ఆందోళన అన్నీ పారిపోయాయి. ఊరికి వెళ్లినప్పుడల్లా అతనితో చాలా చనువుగా మాట్లాడేవాడిని. అతనికి కూడా వయసు మీద పడింది. తాగితాగి చేతులు వణుకుతున్నాయి. "మునుపట్లా సుత్తి, ఉలిని పట్టుకుని తలను పగులగొట్టడానికి కావడం లేదు చిన్న దొరా" అని అనేవాడు.

ఆ రోజు ఆ కాలేజీ అమ్మాయి పోస్ట్‌మార్టంను ఒక్కడినే నిలబడి చేసినపుడు అగ్నిపర్వతంలా కూర్చున్న ఈ అన్ని విషయాల జ్ఞాపకం మనసు ఆ మూలనుండి బద్దలై బయటికి వచ్చింది. పంప్ సెట్ ఇంట్లో చూసిన రంగమ్మ శవం పోస్ట్‌మార్టం అస్పష్టమైన చిత్రం నా జీవితంలో ఒక మలుపుకు కారణమైంది. ఆసక్తి, కుతూహలం, సామాజిక విషయాల వెంటపడేలా చేసింది. రకరకాల మలుపులు వచ్చినప్పుడు చాలా మందికి జీవిత మార్గమే మారిపోతుంది. నాకు రంగమ్మ రూపంలో రావడం నా అదృష్టమే.

ఈ మధ్యనే ప్రాక్టీస్ పూర్తి చేసుకుని ఊరికి వచ్చినపుడు పాత సంఘటనలన్నీ గుర్తుకు తెచ్చుకుని చూడటానికి ఊరు బయటికి వెళ్లాను. ఆ వాగు పక్కనే వున్న పంపుసెట్ ఇంటిని నాన్న పగలగొట్టించాడు. కొత్త ఇంటిని నింగనమట్టి దగ్గర కట్టించాడు. ఎంకట్టన్న తాగి తాగి చనిపోయాడని అమ్మ చెప్పింది. రంగమ్మ కూతురు ఈ మధ్యనే పెద్దమనిషి అయ్యిందట. రంగమ్మ ఇంట్లో మేము ఆడుకుంటున్న అరుగు మీదనే ఆ అమ్మాయి కూర్చునివుంది. అచ్చం రంగమ్మనే చూసినట్టు అనిపించింది.

ఊళ్లో కొత్త ప్రభుత్వ ఆసుపత్రి నిర్మాణం పూర్తయ్యింది. ఆసుపత్రికి తూర్పు దిక్కున దాదాపు మూడువందల చదరపు అడుగుల ఒక చిన్న ఇంటికి సున్నం

కొడుతున్నారు. నేను "ఇది ఏ రూమ్?" అని సున్నం కొట్టేవాడిని అడిగాను. "ఇదా... ఇది పోస్ట్‌మార్టం రూమ్ సార్" అన్నాడు. ఆ రూమును ఒకసారి చూశాను. రూములో గాలి, వెలుతురు బాగా వచ్చేలా నిర్మించారు. గాలి, వెలుతురు లేని శిథిల గృహాలలో చనిపోయేవరకూ తల పగులగొట్టే ఎంక్టన్న ఇలాంటి ఇంట్లో ఒక్క శవం తలను కూడా పగులగొట్టలేదనే ఆలోచన చప్పున నా మనస్సులో ఏర్పడింది.

నది తీరంలో వరుసగా పెరిగిన వెదురు చెట్ల దగ్గర తలపై నల్లటి కంబళి కప్పుకుని, నడుములో కట్టెలు నరికే కత్తిని దోపుకుని, వెదురు మొలకలను మోసుకుని వస్తున్న కారునలుపు మనిషిని చూశాను. గుర్తించాను. ఎంక్టన్న కొడుకు హాలేశి అని అర్థమైంది. నన్ను చూసి ముఖం విప్పార్చుకుని పలకరించాడు. మా నాన్న పలుచోట్ల తిరిగి, మా ఎంఎల్ఏ చేతులు తడిపి, నన్ను ప్రభుత్వ డాక్టర్‌గా మా ఊళ్లో సేవలు అందించడానికి వేయించాడు. జీవితంలో అనూహ్యంగా వచ్చిన మలుపులు, సామాజిక విషయాలు, మనుషులు మనస్సులో మెదిలినప్పుడల్లా నా కంటి చివరల్లో కన్నీళ్లుగా నిలుచుంటాయి. ఉద్యోగంలో చేరిన నెలరోజుల్లోనే పక్క ఊరి నుంచి ఆత్మహత్య చేసుకున్న వ్యక్తి శవం కేసు ఆస్పత్రికి వచ్చింది. నేను పోస్ట్‌మార్టం రూములో శవపరీక్ష నివేదికలో పోలీసులు ఇచ్చిన సమాచారాన్ని రాస్తున్నాను. బయట నుంచి ఎంక్టన్న కొడుకు హాలేశి కత్తి నూరుకుని వచ్చి శవం తలను పగలగొట్టడం మొదలుపెట్టాడు.

మళ్లీ అదే 'టక్... టక్... కటక్, కళచ్...!' అనే శబ్దం.

❖

సౌదామిని అపార్ట్మెంట్

శనివారం రాత్రి భైరప్ప నవల చదువుతూ చదువుతూ మంచం మీద ఎన్ని గంటల వరకూ పడుకున్నానో గుర్తు లేదు. గదిలో వేసిన లైట్ తీయకుండానే పడుకున్నాను. పొద్దున్నే మా నాన్న వచ్చి ముడ్డి మీద కొట్టినపుడే, ఉదయం తొమ్మిది గంటలైనట్టు అర్థమైంది.

"ఛీ... సొంతంగా ఒక్క రూపాయి కూడా సంపాదించడానికి అర్హత లేదు. రాత్రంతా లైటు ఆర్పకుండా పడుకున్నావుకదరా. నీకు అర్థం కాదా?... బద్మాష్..." అని తిడుతూ నాన్న అటు వెళ్లగానే నేను ధగధగమని మండుతున్న బల్బు వైపు చూశాను. అది ఎర్రగా ప్రకాశవంతంగా నన్నే కోపంగా మింగుతున్నట్టు చూస్తోంది.

పదేళ్లు ఇంటికి దూరంగా, హాస్టల్‌లో చదువుకుని, తల్లిదండ్రుల ఆదరాభిమానాలు లేకుండా పెరిగాను. హైస్కూల్‌లో ఉన్నప్పుడే పోకిరి పిల్లలతో తిరిగి, సిగరెట్‌లు, పాన్‌పరాగ్, గుటకా అన్నిటినీ ఎస్సెస్సెల్సి రాయటానికి ముందే నేర్చుకున్నాను. అనుభవించాను. అమ్మ దొంగతనంగా పంపిన చిల్లర డబ్బులు కూడా పాడుచేశాను. నేను ఎస్సెస్సెల్సి పరీక్షలో తెచ్చుకున్న మార్కులకు నాన్న కోరుకున్న సైన్స్ సీటు ఎక్కడ వస్తుంది? మొత్తానికి నాన్నతో గొడవపడి కామర్స్‌లో చేరాను. 'స్టూడెంట్ లైఫ్ ఈజ్ గోల్డెన్ లైఫ్' అని నేను కొనుక్కున్న నోట్‌బుక్‌లో ఎవడో మూర్ఖుడి ప్రకటన చదివాను, నేనూ అతనిలాగే సిగరెట్, గుట్కా, పాన్‌పరాగ్ వంటి వ్యసనాలన్నీ రుచి చూశాను. ఇక తాగటం, అమ్మాయిల నడుము పట్టుకుని ఊపడం–ఈ రెండే మిగిలివున్నాయి. తాగడం మొదట్లో బీరుతో మొదలైనా ఆ తర్వాత మెల్లమెల్లగా వైన్, విస్కీ, బ్రాందీవరకూ

కొనసాగింది. ఒకసారి మధ్యాహ్నం క్లాస్‌కు బీరు తాగి వెళ్లాను. మా ఎకనామిక్స్ లెక్చరర్ రూమ్‌లోంచి గెంటేయడం, రెండేళ్లుగా నన్ను ప్రేమించిన అమ్మాయి చివరకు నాకు దక్కకుండా పోవడం నా కాలేజీ జీవితంలో జరిగిన ఈ సంఘటనలు ఎప్పటికీ మర్చిపోలేను.

"అబ్బా... ఆమె ఒక్కతి నా జీవితంలో దొరికివుంటే నిజంగానే నా జీవితం గోల్డెన్ లైఫ్ అయివుండేదని నాకు చాలా సార్లు అనిపించింది. ఆమె జ్ఞాపకాలను మరచిపోవడానికే నేను పుస్తకాల వైపు మరలాను. అప్పటిదాకా ఆ రోజులలో నేను చదువుతున్న పాడు పుస్తకాలవైపు కానీ, చూసిన బ్లూఫిలిమ్స్ వైపుకానీ, పుస్తకాల్లో పెట్టుకున్న అమ్మాయిల నగ్నఫొటోలు వైపుకానీ నా మనసు మళ్లీ వెళ్లనేలేదు. చదివాను. చాలా చదివాను. కువెంపు, కారాంత్, భైరప్ప, అనంతమూర్తి, ఎ.కె.రామానుజన్, అనకృ, ఓషో రజనీష్ పుస్తకాలు చదివాను. జీవిత విలువలపై జిడ్డు కృష్ణమూర్తిగారు రాసిన పుస్తకాలన్నీ చదివాను. ఆమె జ్ఞాపకాలను మరచిపోవడానికి నాకు ఇవే నిజమైన టానిక్‌లుగా, మాత్రలుగా పనిచేశాయి.

డిగ్రీ తర్వాత నేను మళ్లీ ఇంటికి తిరిగి వచ్చినప్పటికీ, నా సొంత భ్రమల లోకంలో, నేను సృష్టించుకున్న వాతావరణంలో నేను కనుగొన్న అంతరంగపు ఉన్మాదం ఇంకా అలాగే ఉంది. అందువల్లనే నేను చేరిన ఉద్యోగాలన్నిటిలో నాకు ఆసక్తి లేకపోవటంతో వదిలేశాను. అవును, నేను నా స్వంత ప్రపంచంలోని వ్యక్తుల కోసం వెతుకుతున్నాను. నేను చదివిన అనేక పుస్తకాల్లోని పాత్రలను వెతికేవాడిని. దీన్నే నేను ఆత్మపరిశీలనగా భావించాను. ఉద్యోగం మానేసిన తర్వాత నేను మరీ ఎక్కువగా చదవడం ప్రారంభించాను. కవులు, రచయితలు చిత్రించిన, ప్రశంసించిన, గొప్పగా వర్ణించిన స్త్రీల అంతరంగాన్ని, బహిరంగాన్నీ నేను పదేపదే చదివి ఆస్వాదించేవాడిని. అవును రచయితలు సృష్టించిన ఆ స్త్రీకి అంత శక్తి ఉందా...? మగవాడి అణువణువును కంపింపజేసే శక్తి ఉన్న స్త్రీని కేవలం మనస్సులో తలుచుకుంటే చాలు ఒంటి మీది రోమాలు నిక్కబొడుచుకునేవి. మగవాడి మనసుని పట్టివుంచే ఆ స్త్రీ నిజంగానే ఓ మాయ. అవును, ఈ మాట నిజమే. ఆమె నా హృదయంలో వెలిగించిన ప్రేమ నిప్పు, ఆమె నుంచి నేను దూరమైనప్పటికీ, ఆ బంధనాల నుంచి నాకు విడుదల

దొరకలేదు. చాలా విషయాలు ఆ రచయితలు నాలాంటివారిని చూసే రాసివుంటారేమో? నా స్త్రీకి అలాంటి శక్తి ఉన్నందువల్లనే కదా ఇప్పటికీ ఆమె నన్ను వేధిస్తోంది.

అవును! ఆమే ఈమధ్య నా మీద విపరీతంగా ఓ కన్నేసి ఉంచింది. ప్రతిరోజూ సాయంత్రం నేను బిడిఎ కాంప్లెక్స్‌లోని లైబ్రరీకి వెళ్లేవాడిని. నేను వెళ్లగానే ఆమె నా కంటపడేది. నేను పుస్తకం చదువుతూ ఏదో లోకంలో లీనమై కూర్చున్నప్పుడు ఆమె చాలాసార్లు ఓరకంట చూసి, నాలో ఏదో ఉన్మాదాల ప్రేరణకు పూనుకునేది. అదే స్త్రీ. వయసు ముప్పై అయిదేళ్ల దగ్గరలో ఉండొచ్చు. అయిదున్నర అడుగుల పొడుగు. మధ్య వయస్కులైన పల్లెటూరి ఆడవాళ్లకు ఉన్నట్టు ఈమెకూ నడుము చుట్టూ ఉన్న ఫాట్, వాలిపోయిన స్తనాలు, ముఖంలో ఏదో పోగొట్టుకున్న ఛాయ, కళ్లలో విషాదం. మెడలో తాళి, కాలికి మెట్టెలు. వీటన్నిటినీ నేను ఒక్క చూపులో గమనించాను. ఈరోజు అదే స్త్రీ నేను కూర్చున్న పార్క్‌లోని రాతిబెంచీకి పదిహేను అడుగుల దూరంలో కూర్చునివుంది. స్నిగ్ధంగా వార్తాపత్రికను చదువుతూ కూర్చుని నన్ను ఓ కంట కనిపెడుతూ ఉంది.

నేనూ, ఆ స్త్రీ ఎన్నోసార్లు ఎదురెదురుగా కూర్చుని చదువుకుంటున్నా, ఎప్పుడూ మాట్లాడుకునే స్థాయికి చేరలేదు. కొన్నిసార్లు నా పాదం ఆమె పాదాన్ని తాకినప్పుడు, చప్పున నమస్కారం చేస్తున్నట్టు నేను ఆమె చేతులను తాకేవాడిని. ఆమె నా వైపు చూసి చిన్నగా నవ్వి, 'ఇట్స్ ఓకే' అనేది. ఆమె నా కళ్లకు చాలా పరిచయమైనదానిలా కనిపించేది. ఆమె ముఖం చూసినప్పుడల్లా నాకు ఇప్పటి సాఫ్ట్‌వేర్ కంపెనీల్లోనో, కాల్ సెంటర్లలోనో పనిచేసే పాతికేళ్ల దగ్గర్లో ఉన్న అమ్మాయిలంతా మూడు పూటలు కంప్యూటర్ ముందు కూర్చుని, సాయంత్రానికి వాడిపోయిన ముఖాలతో, అక్కడ దొరికే పిజ్జా, బర్గర్, జంక్ ఫుడ్లు తిని నడుము కింద బొజ్జ పెంచుకుని, సాయంకాలం చెవులకు ఎఫ్ఎం, ఎంపిత్రి పెట్టుకుని క్యాబ్ కిటికీ పక్కన చచ్చిన శవాల్లా ఒరిగిన అమ్మాయిలలో ఈమె కూడా ఒకతె కావచ్చని అనిపించేది. అయినా ఆమెకూ నాలాగే రోజంతా పుస్తకాలు చదవాలనే పిచ్చి ఎందుకు? ఆమె కూడా నాలాగే లవ్ ఫెయిల్యూర్ బాధితురాలా? నాకు అడగాలని అనిపించినా ఆమె మెడలోని తాళిని, కాలివేళ్లకు ఉన్న మెట్టెలను

చూసి మౌనం వహించేవాణ్ణి. నేను వెళ్లినప్పుడల్లా నా కంటపడే ఆమెకూ నాకూ మధ్య ఒక విధమైన గాఢమైన సంబంధం ఉండాలి, లేకపోతే ఈ విధంగా అంతరంగంలో బాధ ఎలా కలుగుతుంది?

ఆ రోజు నేను పార్కులోని రాతి బెంచీ మీద కూర్చుని ఆదివారం వారపత్రికలో ప్రచురితమైన ఒక సీరియస్ కథను చదువుతున్నాను. ఇంత విభిన్నంగా అల్లిన కథను ఇంతకు ముందెన్నడూ చదవని నాకు ఆ కథ బాగా నచ్చింది. సాధారణంగా రచయితలు తాము చదివిన, తెలుసుకున్న సహవాసపు విషయాలను తామే అనుభవించినట్లు, గ్రహించినట్లు, వారి కళ్లతో చూసినట్లు రాస్తారు. అందులో కొన్ని విషయాలు కల్పితం. మరికొన్ని వారి జీవితంలో పెనవేసుకునిపోయిన విషయాలు. బాధతో కూడినవి. మళ్లీ మళ్లీ గుర్తుకు వచ్చేవి. ఆ కథను రాసిన రచయిత్రి పేరు 'సౌదామిని' అని పేర్కొన్నారు. తన జీవితంలో యవ్వనోద్రేకం సయమతమవుతున్న రోజుల్లో వచ్చిన అతని కోసం వేలాది పదాలను కేటాయించింది. అతను ఆమె జీవితంలోకి వచ్చినప్పటి నుండి అతను ఆమెను వదిలిపెట్టి వెళ్లిపోయేవరకు, గడిపిన అందమైన క్షణాలను, గడిపిన రాత్రులను చాలా అందంగా రాసింది. తన ప్రేమికుడి ముఖ కవళికలు, శరీర సౌష్టవం, అతని అభిరుచుల గురించి ఆమె వర్ణించిన తీరు ఎలా ఉందంటే, దాన్ని చదివిన అమ్మాయిలకు జీవితంలో తాము ఒక్కసారైనా అలాంటి అబ్బాయిని ప్రేమించాలనే మత్తు ఎక్కింది. రచయిత్రి రచనలోని వాక్యాలు, పాఠకుడిని ఆకట్టుకోవడానికి అల్లిన సన్నివేశాలు, సందర్భాలు, దానికోసం వాడిన అందమైన సాహిత్య పదాలు, అందులో కొన్నింటిని ఆమె ప్రేమికుడి కోసమే వర్ణించడానికి కేటాయించిన పదాల్లా ఉన్నాయి.

ఆ కథా రచయిత్రిని, ఆమె రాసిన వాక్యాలను చదువుతున్నప్పుడు నేను చదివిన వాల్మీకి రామాయణంలోని వర్ణన గుర్తుకు వచ్చింది. రాముడి శరీరం, ముఖం, భుజం, ఛాతీ, చేతులు, తొడలు, నితంబాలు, అంగుళం అంగుళం వర్ణించిన తీరు చూస్తే శ్రీరామచంద్రుడు ఎంతటి రూపవంతుడో, గుణవంతుడో మనస్సులో ఏర్పడుతుంది. అలాగే మహాకవి కాళిదాసు శకుంతలను వర్ణించిన తీరు కూడా తక్కువ కాదు. ఆమె నుదుటి కింది, మెడ కింది, నడుము కింది అంగాంగాలను తన కావ్యంలో వర్ణించిన తీరు చూస్తుంటే మాలాంటి నవయవ్వన

యువకులకు అలాంటి సౌందర్యరాశి అయిన యువతితో ఒక్కసారైనా అనురక్తులు కావాలనే కోరిక కలగడం సహజం. అది చిత్రకారుడు చిత్రించిన ఒంటిపైని మేలిముసుగు సహజంగా జారినట్లయి కనిపించే స్త్రీ స్తనాలు కనిపించే భంగిమల చిత్రాల్లా; శిలలోని స్త్రీ ఉబ్బుతగ్గులను స్పృశిస్తే ఒళ్లు పులకరించినట్లు శిలాబాలికలను చెక్కే శిల్పి బొమ్మల్లా. ఈమె చిత్రించిన నాయకుడి చిత్రణ నాకేమీ తక్కువగా అనిపించలేదు. అయితే ప్రతి ఒక్క రచనలోనూ, రచయితల్లోనూ, శృంగార రసం, రసికత తప్పనిసరిగా ఉండాలి. ఈ రెండింటిని చక్కగా మలిచి పాఠకుడికి అందిస్తేనే అతడ్ని రచన ఆకట్టుకోగలదు. ముఖ్యంగా సీరియస్ సాహిత్యం చదివేటప్పుడు మధ్యమధ్యలో ఇలాంటివి వుంటే చాలా బాగుంటుంది. అవి నేటి సినిమాల్లోని సన్నివేశాల మధ్య వచ్చే మధురమైన పాటల్లా ఉంటుంది. అయినా ఆ కథలోని చివరి వాక్యాలను మళ్లీ మళ్లీ చదివాను. 'అతను నా జీవితంలోకి ఎందుకు వచ్చాడు? అతను నా శరీరంలోని ప్రతి అణువణువును ప్రేమించి, రమించి, సంభ్రమంతో అనుభవించి ఆనందించాడు. తర్వాత ఎక్కడో కనిపించని దిశలో ఒంటరిగా అదృశ్యమై పోయాడు. నేను అతని కోసం రాత్రీపగళ్లు, సంవత్సరాలు వేచిచూశాను. ఇంకా రాలేదు. తప్పకుండా వస్తాడనే చిన్న ఆశ ఇంకా మనస్సులో ఉంది' అని రాసింది. 'అతను ఎక్కడికి వెళ్లాడు?' నాకు తెలియనే లేదు. అయినా, కథానాయిక విషాద ప్రేమకథలోని వాక్యాలను గుర్తుచేసుకున్నప్పుడల్లా, గడిచిపోయిన నా పాత ప్రేమకథ గుర్తుకు వస్తుంది.

ఆ కథ పూర్తిగా చదివాక నేను ఆ రచయిత్రికి సంపూర్ణంగా అభిమానిని అయ్యాను. ఆమెను చూడాలి, ఆమెతో మాట్లాడాలి అనిపించింది. కథ గురించి కథానాయకుడి గురించి తప్పకుండా అడగాలని అనిపించింది. పాపం, ఆ కథానాయకురాలికి ఇలా జరిగివుండకూడదని మనసులోనే బాధపడ్డాను. ఆమెను మోసగించి మాయమైపోయిన ఆ అబ్బాయి మీద కోపం వచ్చినా, 'మా మగజాతే ఇలా' అని మమ్మల్ని తిట్టుకున్నాను. ఆమె విరహబాధను తలచుకున్నప్పుడల్లా కబీర్ రాసిన విరహ పంక్తులు పదేపదే గుర్తుకు వచ్చాయి.

నా కళ్లు ఎర్రబడటం చూడండి, జనం అంటారు నేను దుఃఖితుడినని
ప్రియా, నీ కోసం ఏడ్చి ఏడ్చి ఎర్రబారాయి కళ్లు, జనాలకు తెలియదు

ఇదేమిటోనని!

అదే స్త్రీ, అప్పటి నుండి నన్నే గమనిస్తోంది. నా పక్కన కూర్చున్న పరిచితుడైన పదవీ వరమణ చేసిన అరవై ఏళ్ల విధురుడు ఎప్పుడు ఆ స్థలాన్ని ఖాళీ చేస్తాడా అని ఆమె ఎదురుచూస్తోంది. నా కళ్లు ఆమె వైపే ఓరగా చూస్తున్నాయి. ఎరుపు రంగు చుడీదార్ కుర్తా, దానికి మ్యాచ్ అయ్యే నీలిరంగు లైట్ జీన్స్‌ప్యాంట్ ధరించింది. ఆ రెంటికి తగినట్లు వేసుకున్న చెప్పులు అందంగా కనిపిస్తున్నాయి. నా పక్కనే కూర్చున్న అరవై ఏళ్ల ఆ వ్యక్తి నా వైపు చూసి 'మళ్లీ కలుస్తాను' అన్నట్టు నవ్వు ముఖంతో మెల్లగా మరుగయ్యాడు. అవును, నా దగ్గరికే ఆమె వస్తోంది. నా కళ్లు ఆమె వైపు తిరిగాయి. ఆమె దగ్గరికి వస్తుండగా నా గుండె దడదడలాడింది. చేతులు మెల్లగా వణుకసాగాయి. పెదవులు అదరసాగాయి. మూడునాలుగు నెలలుగా నా కంట పడుతున్న ఆమెను, ఆమె కళ్లను, చూస్తున్న తీరును గమనించినప్పుడల్లా నాకు కబీర్ గుర్తుకొస్తాడు.

నా కళ్లలోకి రా ప్రియతమా, నిన్ను రాత్రీపగలూ చూస్తూవుంటాను
ప్రియతమా, నిన్ను చూసే ఆ రోజు వస్తుందో రాదో నమ్మకం లేదు!

ఆమె దగ్గరకు వచ్చి 'ఎక్స్‌క్యూజ్‌మి' అంది. ఆమె నా కళ్లకు పరిచయమై దాదాపు మూడునాలుగు నెలలైనా, ఆమె శరీరంలోని అన్ని భాగాలను నా కళ్లలో బంధించి ఉంచాను. నన్ను మోసం చేసిన అమ్మాయిని తలుచుకున్నప్పుడల్లా నా మనస్సంతటా ఈమె ఆక్రమించేది. ఆమెను చూడటం కోసమే ప్రతిరోజూ లైబ్రరీకి వెళ్లేవాడిని. నేను వెళ్లడానికీ ఆమె రావడానికీ సరిపోయేది. అయినా పెళ్లయిన స్త్రీని పక్కలో తలుచుకోవడం మహాపాపమని పెద్దలు అంటారుగానీ, పెళ్లయినా, పెళ్లికానట్టు ఉండేవారు, భాగస్వామి ఉన్నా ఒంటరి అనిపించే, చేబట్టిన సఖుడి నుంచి దొరకని ప్రేమను మరొకరిలో వెతికే అమ్మాయిల, స్త్రీల గురించి రచనల్లో చదివినా, నా మనస్సు ఆమె సామీప్యం కోసం తపించేది. నేను ఆమెతో మాట్లాడాలని నిర్ణయించుకుని లైబ్రరీకి వెళ్లినప్పుడంతా 'సైలెన్స్ ప్లీజ్' అనే బోర్డు అడ్డుగా వచ్చేది. ఇలాంటి అవకాశం మళ్లీ ఎప్పుడూ రాదు. ఆమె ఒక్కతే వచ్చింది. అందులోనూ పార్క్‌లో... ఒక వేళ మాట్లాడినా ఎవరూ ఎవరికీ చెప్పరు.

"హలో డియర్... ఆ పత్రిక సాహిత్య పుటలను నాకు ఇవ్వగలరా...

నా స్నేహితురాలు నేను రాసిన కథ ప్రచురించబడిందని చెప్పింది. ఇఫ్ యూ డోంట్ మైండ్ ...” అంటూ చెయ్యి చాపింది. నా చేతిలోని ఆ పుటలు ఆమె చేతికి ఎలా వెళ్లాయో నాకు తెలియదు. నేను ఆమెనే చూస్తున్నాను. ఆమె వచ్చి నా పక్కన కూర్చుంది. ఆమె పూసుకున్న గులాబీ అత్తరు సువాసన నా ముక్కుకు గుప్పుమని తాకింది. నేను కాస్త జరిగి కూర్చున్నాను. రెండు మూడు నెలలుగా ఆమె పేరు తెలుసుకోవాలని ప్రయత్నించాను. ఈరోజు నాకు నచ్చిన ఆ కథ రచయిత్రి సౌదామిని అని రాసినప్పటికీ ఆమె పేరు ఇదే అయివుంటుందని నేను ఊహించలేదు. “సౌదామిని” అద్భుతమైన పేరు. ఆమె కూడా పుటలలోని అన్ని వాక్యాలను వంద కి.మీ వేగంతో చదివి ఏవైనా వాక్యాలు తప్పిపోయాయా అని పరీక్షిస్తోంది. ఇంతకాలం కథా రచయిత్రి పట్ల అభిమానం పెంచుకున్న నేను ఈమే ఆమె అని తెలియగానే, ఆమె పట్ల నాకున్న కుతూహలం, ఆమెకు సంబంధించిన విషయాలు తెలుసుకోవాలనే ఆరాటం, ఆమెకు దగ్గర కావాలనే కోరిక మరింత పెరిగాయి. అలాగే అన్ని వాక్యాల మీద చూపులు సారించి నా చేతిలో పేపర్లు పెట్టి నా పక్కన కూర్చుంది. ఆమె శరీరం నుండి వెలువడుతున్న మధురమైన అత్తరు సువాసన నన్ను ఏదో బంధంలో బంధించింది. నేను ఆమెతో ఏదైనా మాట్లాడాలి అని మనస్సు హెచ్చరిస్తూనే ఉంది. నేను మాటలు ఎలా మొదలు పెట్టాలో తోచక సతమతమవుతున్నాను.

హఠాత్తుగా “మీ పేరు చాలా బాగుంది సౌదామినీ” అని అన్నాను. “థాంక్యూ వెరీ మచ్” అంది మెల్లగా నవ్వుతూ. కళ్లల్లో ఏదో అసహజత్వం కనిపించింది. చుట్టుపక్కల ఉన్న రాతిబెంచీల వైపు తిరిగి చూశాను. అక్కడున్న ముగ్గురు నలుగురు వృద్ధులు అప్పటిదాకా మమ్మల్ని చురచుర చూస్తూనే వున్నారు. ఇప్పుడు లేచి వెళ్లిపోయారు. దూరంగా అక్కడ ఇక్కడ మూలల్లో సందులలో, దిబ్బల మీద, బండరాళ్ల మీద పక్కనున్న కాలేజీ నుంచి వచ్చిన వయసొచ్చిన అమ్మాయిలు తమతమ కుర్రవాళ్లతో, కొత్తగా పెళ్లయిన దంపతులు, జీవితంలోని నలుపు తెలుపు రోజులను గుర్తుచేసుకుంటున్న రిటైర్డ్ వ్యక్తులు. అందరూ తమతమ భ్రమల లోకంలో మృదువుగా ముసిముసిగా నవ్వుతూ, కొందరు తమ మొబైల్‌లోని చెత్త జోకులను చదువుతూ వారి వారి ప్రపంచంలో మైమరిచివున్నారు. ఇప్పుడు నాకు ఎలాంటి అడ్డంకులు లేవు. ఇప్పుడు నేను సృష్టించుకున్న ఆ కాల్పనిక

లోకంలో నేను–ఆమె ఇద్దరమే కూర్చున్నాం. ప్రతిచోటా విస్తారమైన వెలుతురు. చీమచిటుక్కుమన్నా వినిపించే నిశ్శబ్దం. అవును, ఆమెతో మాట్లాడటానికి ఇంతకంటే మంచి సమయం ఇంకెప్పుడూ దొరకదు. మూడునాలుగు నెలలుగా నా కంటపడుతూ మీరెందుకు మీ చూపులతో నన్ను చంపుతున్నారు? అని అడగాలనిపించింది. మీకూ సాహిత్యంపట్ల నాలా చదవాలనే పిచ్చి పట్టడానికి నాకు కలిగినటువంటి లవ్ ఫెయిల్యూర్ కలిగిందా? అని అడగాలనిపించింది. వందలాది ప్రశ్నలు. నా కళ్లకు బాగా పరిచయమైన ఆమె ముఖం గుర్తొచ్చినప్పుడల్లా నా మనసులో ఎన్నడూ కలగని ఉన్మాదం, తన్మయత కలిగేది. ఆమె మొహం చూడగానే కలిగిన వెజ్ ఫీలింగ్స్ కానీ, ఆమె శారీరక సౌందర్యాన్ని చూసినపుడు కలుగుతున్న నాన్ వెజ్ ఫీలింగ్స్ కానీ చెప్పుకోవటానికి అది సమయం కాదు.

"ఎందుకు నాతో మాట్లాడటం మీకు ఇష్టం లేదా?" అని అంది. నా మనసులో జరుగుతున్న కల్లోలాన్ని నుదుటిరాతలా చదవగలిగే, కొందరు మనస్తత్వవేత్తల్లా గ్రహించగలిగే ఆమెకు తనను పలకరించడానికి నేను ఇబ్బంది పడటం అర్థమైందా? "అలా ఏమీ కాదు" అని తడబడుతూ, "మూడునాలుగు నెలల నుంచి మిమ్మల్ని పలకరించాలని నా మనస్సు చెబుతోంది. కానీ మాట్లాడే ధైర్యం లేకపోయింది. అంతే! మన ఇద్దరి అభిరుచులు చాలా వరకూ ఒకేలా ఉన్నాయి. మీకూ పుస్తకాలు చదివే పిచ్చి. నాకు కూడా పుస్తకాలు చదివే పిచ్చి...ఎన్నో విషయాల్లో మన ఇద్దరి భావాలు కలుస్తాయని అనుకుంటున్నాను. మీకూ అలాగే అనిపిస్తుందా?" అని చెప్పి, కాస్త కుదుటపడి రాతిబెంచీ మీద వెనక్కి వాలిపోయాను.

"ఉన్నా ఉండొచ్చు..." అని చెప్పి నన్నే తదేకంగా చూసింది. ఆమె కంటిచూపులతో నాలో ఏదో వెతుకుతున్నట్లు అనిపించింది. కాలేజీ రోజుల్లో స్నేహితుల గుంపులో కూర్చొని రోడ్డుపై తిరిగే స్త్రీలను, అమ్మాయిలను అల్లరిపట్టిస్తూ, కామెంట్లు చేస్తూ సంతోషపడుతున్న నేను, ప్రేమించిన అమ్మాయితో తప్ప వేరే ఏ స్త్రీతో ఒంటరిగా మాట్లాడలేదు. అంత ధైర్యం కూడా లేదు. ఈరోజు, పార్క్‌లో ఆ మహిళతో కూర్చుని మాట్లాడుతుండటం నాకే ఆశ్చర్యం కలిగింది. "దయచేసి విసుక్కోకండి మేడమ్... మీకు పెళ్లయిందని నాకు తెలుసు,

కానీ మీ పట్ల ఒక విధమైన భావన కలగటం నిజం. నాకు దూరమైన ప్రేమించిన అమ్మాయిని మీలో చూశాను. మిమ్మల్ని చూసినప్పుడల్లా నాకు ఒక విధమైన సిగ్గు, సంకోచం కలగటం నిజం" అని ధైర్యంగా చెప్పాను.

నా మాటలకు ఆమెకు ఎక్కడ కోపం వస్తుందోనని సంకోచంతో తల వంచుకున్నాను. నేను మెల్లగా తలెత్తి పైకి చూశాను. ఆమె మృదువుగా నవ్వుతూ నా వైపే చూస్తూ ఉంది.

"నాలోనూ అదే భావన...! అదే జ్ఞాపకం...?" అంది.

ఆమె చెప్పింది అర్థం చేసుకోవడానికి నాకు ఒక్క నిమిషం పట్టింది. ఆ సమయంలో బుద్ధికి ఒక విధంగా మసక కమ్మినట్టయింది. చివరికి అంతా అర్థమైనట్టు చిన్నగా నవ్వాను.

"అలాగైతే ఈ తాళి మెట్టెలు... అంతా..." అని అడిగాను.

"బెంగళూరులో సేఫ్టీ కోసమే... లేకపోతే మీలాంటి పోకిరి కుర్రాళ్లు ..." అంటూ అర్ధాంతరంగా చెప్పి మౌనం వహించింది.

"నేను మీతో చాలా మాట్లాడాలి... రేపు సాయంత్రం ఎం.జి.రోడ్డు దగ్గర కలుస్తారా" అని అడిగింది.

"వై నాట్?... తప్పకుండా కలుస్తాను" అన్నాను.

నా చేతి నుండి మొబైల్ లాక్కుని ఆమె నంబర్ డయల్ చేసి, అది తన నంబర్ అని చెప్పింది. అప్పటికే ఆమె మొబైల్కు నా నంబర్ నుండి కాల్ వెళ్లింది. తుంటరి నవ్వు విసురుతూ ఆమె నా నంబర్ని సేవ్ చేసుకుంది.

గత మూడునాలుగు నెలల నుంచి, గబ్బిలంలా వచ్చి నా మనసును, కళ్లను తాకుతున్న ఆ స్త్రీ చిత్రానికి ఒక అర్థవంతమైన తెరపడింది. నేను మొదటి రోజే ఆమెను చూసినపుడు నేను అనుకున్నట్టే నిజమైంది. మా ఇద్దరి ముఖాల్లో ఏదో పోగొట్టుకున్న భావన. ఆమె కళ్లలో నేను ప్రేమించిన అమ్మాయిని, ఆమె నా కళ్లలో తన ప్రియుడిని వెతుకుతున్నాం. ఈ రోజు వరకు కేవలం కళ్లు మాత్రమే మాట్లాడుకున్నాయి. కానీ ఈరోజు మనసులు తెలికై తమ తమ భావాలను పంచుకున్నాయి. ఆమె గురించి మరింత తెలుసుకోవాలనే తపన ఒకవైపున ఉంటే, ఆమెతో మాట్లాడినపుడు కలిగిన ఉన్మాదం మరోవైపున ఉంది.

అవును, ఆమె నాకంటే వయసులో పదమూడు-పద్నాలుగు సంవత్సరాలు పెద్దది కావచ్చు. అయినా ఆకర్షణ అన్నదొకటి ఉందికదా, దానికి వయసు పట్టింపు ఉంటుందా? ఆమె నాకు ఇచ్చిన మొబైల్ నంబర్‌కు, ఆమె ఆ స్థలం వదిలి వెళ్లినప్పటి నుండి రాత్రి వరకూ నేను ఆమెకు పదేపదే మెసేజ్‌లు పంపాను. ఆమె నా మెసేజ్‌లన్నింటికీ వెంటనే జవాబులు ఇచ్చింది. ఆమె స్వస్థలం మంగళూరు. చదువంతా అక్కడే. ఆమె తన కుటుంబం గురించి ప్రతిదీ వ్రాసి పంపింది. నేను దాని గురించి పట్టించుకోలేదు. ఆమె ఎం.జి.రోడ్డులోని ఏదో సాఫ్ట్‌వేర్ కంపెనీలో మంచి పొజిషన్‌లో పనిచేస్తోందని మాత్రం నాకు తెలిసింది. ఆమె నా గురించి తెలుసుకోవటానికి 'డియర్ రవీ, వేర్ ఆర్ యూ వర్కింగ్?' అని మెసేజ్ పెట్టింది. నేను ఇంగ్లీషు లిపిలో కన్నడ భాషలో "ఏ పనీపాటా లేని అప్రయోజకుణ్ణి" అని మెసేజ్ చేశాను. ఆమె 'హ్హా...హ్హా' అని జవాబు ఇచ్చింది. రాత్రంతా ఆమెను తలుచుకుంటూ, ఆమెను కలువబోయే మరుసటి రోజు సాయంత్రం కోసం ఎదురుచూడసాగాను. అయితే మనసులోని ఓ మూలన ఆమె శరీరాన్ని అనుభవించాలని, ఆమె సామీప్యాన్ని ఆస్వాదించాలని కోరిక కలగటం కూడా నిజమే. ఇదంతా నేను ఎక్కువగా చదివిన శృంగారంతో కూడిన పుస్తకాల ప్రభావమో, హాస్టల్ గదిలో రహస్యంగా చదివే సెక్స్ పుస్తకాల ప్రభావమో నాకు అర్థం కాలేదు. అయినా సౌదామిని తన కథలో తన ప్రియుడిని వర్ణించిన తీరు చూస్తుంటే, ఆమె దాన్ని ఆస్వాదించి, అనుభవించే రాసిందని అనిపించింది. లేకపోతే అనుభవం లేని శృంగార రచనలో అంతటి మాయ పుడుతుందా...? ఏమైనాకానీ, ఆమెనే అడగాలని అనుకున్నాను. నేను ఇన్ని రోజులుగా నా సొంత ఊహా ప్రపంచంలో ఒంటరిగా సంచరిస్తున్నాను... ఇప్పుడు ఎవరో వచ్చి నా చేయి పట్టుకున్నట్లు అనిపించింది.

ఇద్దరం మసక చీకటి ఆవరించిన గుహలాంటి, ఆమెకు ఇష్టమైన రెస్టారెంట్‌కి వెళ్లేటప్పటికి దాదాపు ఏడున్నర అయింది. అప్పటికే కస్టమర్లు నెమ్మదిగా రెస్టారెంట్‌కి వస్తున్నారు. ఒక వైపు మృదువుగా పాశ్చాత్య సంగీత వినిపిస్తోంది. ఇద్దరూ ఏమీ మాట్లాడకుండా ఒక్క నిమిషం ఒకరినొకరు చూసుకుంటూ కూర్చున్నాం. 'ఎక్స్‌క్యూజ్ మి సార్' అంటూ బేరర్ మా దగ్గరికి వచ్చేసరికి, చప్పున ఆమె తేరుకుని "ఏం తీసుకుంటారు?" అని మెల్లగా అడిగింది.

నేను "మీ ఛాయ్స్" అని చెప్పి మెనూ కార్డ్‌పై దృష్టిసారించాను.

"మీరు హాట్ డ్రింక్స్ తీసుకుంటారా?" అని అడగ్గానే అంగీకారంగా 'ఊఁ' అన్నాను.

"రెండు బాటిల్స్ బీరు, ఒక వోడ్కా" అని ఆర్డర్ చేసింది.

మా ఊళ్లో మా నానమ్మ, అత్త, కొంతమంది బంధువుల స్త్రీలు ఇంట్లోనే సారాపాకెట్లు, భట్టి సారా తెప్పించుకుని తాగుతుండటం వల్ల, ఆమె బీరు, వోడ్కాకు ఆర్డర్ చేసినప్పుడు నాకు ఆశ్చర్యం కలగలేదు. ఇదంతా కార్పోరేట్ ప్రపంచంలో ఉద్యోగం చేసేవారిలో సర్వసాధారణమనే అవగాహన నాకు అప్పటికే ఉంది. ఆమె మెల్లగా తన వ్యానిటీ బ్యాగ్‌లోంచి సిగరెట్ ప్యాకెట్ తీసి ఒక సిగరెట్‌ను పెదాల మధ్య పెట్టుకుంది. నా వైపు సిగరెట్ ప్యాక్ చాపి, "ప్లీజ్ హ్యావ్ ఎ సిగరెట్' అని అంది. నేను సిగరెట్ తీసుకున్నాను. ఆమె లైటర్ నుండి ఎగసిన నిప్పురవ్వలు మా ఇద్దరి సిగరెట్లను ఒకేసారి వెలిగించాయి.

ఆమె ఒకసారి గాఢంగా పొగ పీల్చి, ఒక్క క్షణం ఛాతీలో ఉంచుకుని, ముక్కు నుండి, నోటి నుండి రింగులు రింగులుగా వదులుతూ నెమ్మదిగా కుర్చీలో వెనక్కి వాలింది.

"ఎందుకు రవీ, నువ్వు మాట్లాడటం లేదు... ఎనీథింగ్ రాంగ్..!" అంటూ ఆమే ముందుగా మాటలు ప్రారంభించింది.

ఆమెలాగే నేనూ రెండుసార్లు పొగను దీర్ఘంగా పీల్చి వదిలాను. మొదటిసారి ఆడదానితో కలిసి సిగరెట్ తాగుతున్నాను. లోపల భయం, ఒక విధమైన ఆందోళన...మాటలను లోపల ఏదో కట్టివేసింది. అయినా ధైర్యం తెచ్చుకుని ఆమెతో మాటలు ప్రారంభించాను.

"అన్నట్టు మేడమ్... మీరు రాసిన ఆ కథ నిజంగానే మీ జీవితంలో జరిగిందా?" అని అడిగి మెల్లగా సిగరెట్ పొగను పీల్చి వెనక్కి వాలిపోయాను.

"నీకు తెలుసా రవి.. పదిహేనేళ్ల క్రితం నేను అతన్ని ఎంతగానో ప్రేమించాను. నేను అతన్ని పిచ్చిదానిలా ప్రేమించాను. అతని కోసం ఇల్లూవాకిలీ, అమ్మా, నాన్న, అన్న, చెల్లి అందరినీ వదిలివేయటానికి సిద్ధమయ్యాను" అని ఒక్క నిమిషం మౌనం వహించింది. గంభీరంగా మారిన ఆమె ముఖంలో పాత జ్ఞాపకాలు తోసుకొచ్చాయి. అదే సమయంలో బేరర్ బీర్ బాటిల్స్ తెచ్చి

టేబుల్ మీద పెట్టాడు. మూతలు తీయగానే బుస బుసమని నురుగు బయటకు పొంగుతుండగా, కింద పడకుండా ముందు పెట్టిన రెండు గ్లాసుల్లోకి బేరర్ వొంపాడు. అలాగే వోడ్కా బాటిల్ తెరవబోతుండగా, నేను 'తర్వాత...' అన్నాను. అతను వెంటనే మేము వదులుతున్న సిగరెట్ పొగల మధ్య మాయమయ్యాడు. రెస్టారెంట్‌లోని సంగీతానికి మాండలిన్ వాయిద్యమూ నేపథ్యంగా వచ్చి కలిసింది. సౌదామిని గ్లాస్ అందుకొని 'ఛీర్స్' అంటూ గ్లాసుని పెదవులకు తాకించింది.

"అతను నిన్ను ప్రేమించలేదా...?" నేను బీరు సిప్ చేస్తూ అడిగాను.

"ప్రేమించాడు, కానీ నేను ప్రేమించినంత కాదు... నేను పెళ్లికి ముందే తనతో అన్నీ పంచుకున్నాను. అతని శరీరంలోని ప్రతి అణువునూ ఆస్వాదించాను... ముద్దాడాను..."

"అలాంటప్పుడు మిమ్మల్ని ఎందుకు వదిలి వెళ్లాడు?" అంటూ ఖాళీ అయిన ఆమె గ్లాసులో మరికొంత బీరు పోశాను.

"లేదు, మేమిద్దరం విడిపోలేదు. మా ఇద్దరినీ చూసి ఆ దేవుడు అసూయతో అతన్ని నా నుంచి ఏదో కనిపించని చోటికి తీసుకుని వెళ్లిపోయాడు" అంటూ కళ్లల్లో నీళ్లు నింపుకుని రోదించసాగింది.

"కంట్రోల్ చేసుకో సౌదామినీ..." అని మెల్లగా లేచి ఆమె భుజాలపై చేయి వేసాను. అప్పటికే ఆమె శరీరం ఒక విధంగా వేడిగా ఉంది. ఆమె నెమ్మదిగా కళ్లు తుడుచుకుంది. మాకు అటువైపు, ఇటువైపు కూర్చున్న కొందరు మమ్మల్ని తదేకంగా చూసి గుసగుసగా మాట్లాడుకోసాగారు.

"అతన్ని కోల్పోయిన తర్వాత, ఆ నాలుగు గోడల మధ్య నన్ను నేను ఓదార్చుకున్నాను. రెండేళ్లుగా ఇంటి నుంచి బయటకు వెళ్లలేదు. ఆ సమయంలోనే నేను పుస్తకాలు చదవటం మొదలుపెట్టాను. చాలా పుస్తకాలు చదివాను. పుస్తకం ద్వారా అతని జ్ఞాపకాలను మర్చిపోవాలని ప్రయత్నించాను. నాకు కలిగిన విభిన్న అనుభవాల గురించి రాయడం మొదలుపెట్టాను. నేను రాసిన వాటికి కథారూపం ఇవ్వడానికి ప్రయత్నించాను. నెమ్మదిగా అన్నీ మర్చిపోవాలని ప్రయత్నించాను. మళ్లీ చదువు కొనసాగించాను. మంచి కంపెనీలో ఉద్యోగానికి చేరాను. పదేళ్ల నుంచీ ఒంటరి జీవితం గడుపుతున్నాను...ఇప్పటి వరకు నాకు దొరికిన ఆ సుఖసంతోషాలు నేను తాగే సిగరెట్, డ్రింక్స్, పుస్తకాల్లోనే...ఎప్పుడైతే

మిమ్మల్ని చూశానో, మీ ముఖం కోల్పోయిన నా మిత్రుడిని గుర్తుచేస్తుంది...మీ ముఖం, రూపం, కళ్లు, నడక అన్నీ అతనిలాగే...!" అని అత్యంత భావోద్వేగంగా చెప్పి గ్లాసులో పోసిన వోడ్కాని రెండు గుటకలు వేసింది.

ఆ రోజు ఆమె తన మనసులోని మాటలను బయటపెట్టింది. అవును ఆమె కథ వేరుకాదు...నా కథ వేరుకాదు. ఆ రోజు ఆమె నాకు చెప్పిన తన జీవిత కథంతా, నేను అద్దం ముందు నిలుచున్నప్పుడు నా ప్రతిబింబమే చెప్పిన కథలా ఉంది.

రెస్టారెంట్ నుండి బయలుదేరేసరికి రాత్రి పదిగంటలైంది. ఆమె విపరీతంగా తాగివుండటం వల్ల నడవలేక తడబడుతోంది. నేనే ఆమెకు భుజం ఇచ్చి నడుము చుట్టూ చేయి వేసి కొంచెం గట్టిగా పట్టుకుని బయటికి తీసుకుని వచ్చాను.

"రవీ, నా ఫ్లాట్ వరకూ వస్తారా?" అని అడిగింది.

ఆమె సరిగ్గా నిలబడలేక పోతున్న స్థితి చూసి నేనే వెళ్లి వదిలేసి రావాలని అనుకున్నాను.

"అలాగే" అన్నాను.

ఇద్దరం టాక్సీ ఎక్కాం.

బనశంకరి దగ్గర ఉన్న ఆమె ఫ్లాట్ దగ్గర దిగి, ఆమెను నెమ్మదిగా రూమ్ నంబర్ యాభై ఆరుకు తీసుకెళ్లాను. తాగిన మత్తు ఆమెను మంచంవైపు లాగుతోంది. రూములో పడుకోబెట్టి, అలాగే తలుపులు ముందుకు చేరవేసి, రూము నుంచి బయటికి వచ్చేసరికి రాత్రి పన్నెండు గంటలైంది.

నాలుగైదు రోజులు నేను ఆమె ఫ్లాట్ వైపు వెళ్లకపోయినా, ప్రతిరోజూ మొబైల్‌లో గంటల తరబడి మాట్లాడుతున్నాను. చాటింగ్ చేస్తూనే ఉన్నాను. ఆ రోజు శుక్రవారం. ఆమె నన్ను ఔటింగ్‌కు ఆహ్వానించింది. ఉదయం నుంచి సాయంత్రం వరకు ఆమెతో తిరగడం, కబుర్లు, సహవాసం అన్నీ ఎక్కడో నాకు కలిసివచ్చిన అవకాశం నన్ను అంతరంగపు ఉన్మాదంలో తేలిపోయేలా చేసింది. థియేటర్‌లో ఆమె పక్కనే కూర్చున్నప్పుడు, ఆమె చేతిపై నా చేయి పెట్టినపుడు, నా భుజాలు ఆమె భుజాలను తాకినపుడు, నా శరీరంలో, మనస్సులో ఏర్పడిన పులకలు, ముఖంలో కలుగుతున్న ప్రసన్నత, ఆమె నాతో ఉన్నప్పుడల్లా నా

సుప్తచేతనను మనస్సు లోతుల్లోంచి పైకెత్తి ఆకాశానికి విసిరినట్టు, అంతా నా మనసుకు అర్థమవుతోంది. ఇరవై మూడేళ్ల నవయవ్వనంలోని పిచ్చిమనస్సు కుర్రవాడు, గృహస్థజీవన గడపను దాటిన ముప్పయి ఆరేళ్ల ఆమెతో తిరగడమేమిటి? తాగడమేమిటి? తినటమేమిటి? అని తీవ్రంగా అడిగిన నా శ్రేయోభిలాషుల మాటలను కూడా నేను వినలేదు. అవును, నాదైన ఆ కల్పనాలోకంలో నేను–ఆమె ఇద్దరమే చెట్టాపట్టాలేసుకుని వెళుతున్నాం. చుట్టూ అంతటా అభివృద్ధి, ఆ ప్రపంచం మా ఇద్దరినీ చేతులు ఊపి, రత్నకంబళి పరిచి ఆహ్వానిస్తోంది. అదే కల్పన, ఉన్మాదం, రోమాంచం, నేను ప్రేమించిన అమ్మాయితో ఉన్నప్పుడు దొరికినది, ఇప్పుడు మళ్లీ ఈ స్త్రీ ద్వారా నాకు దొరుకుతోంది. నిజంగానే నేనెంత అదృష్టవంతుడిని! ఆమె నా ఎదురుగా వస్తే, జగమంతా, ఆకాశమంతా, విశ్వమంతా ఆమే ఆక్రమిస్తుంది. ఆమె నున్నటి, మృదువైన చేతులను తాకినప్పుడల్లా, ఆమె చేతులలోని వెచ్చటి వేడి, ఆమె నా భుజం మీద చేయి వేసినపుడు, ఆమె చంకల్లోంచి వచ్చిన వాసన, మాట్లాడుతున్నప్పుడు ఎన్నోసార్లు నా చేతులు ఆమె చనుమొనలను తాకినప్పుడు కూడా, ఆమెకు ఎలాంటి అనుభూతి కలగనట్టు ఆమె ముఖం పెట్టే తీరుకు, నాలో ఆమె శరీరంలోని అణువణువులో నా శరీరం కలవాలనే తీవ్రమైన కాంక్ష మరింతగా పెరిగింది. అవును, నేను చదివిన పుస్తకాలలో రచయితలు వర్ణించిన, చిత్రీకరించిన, స్త్రీ వ్యామోహంలో చిక్కుకున్న పాత్రల గురించి అనుభూతులన్నీ ఈ రోజు నేను అనుభవిస్తున్నాను. బొద్దుగా ఉన్న ఆమె అందమైన ముఖం, కళ్లు, మెడమీది మచ్చ, బిగుతుగా ఉన్న స్తనాలు, నడుములోని చిన్నబొజ్జ, దాని వల్ల ఏర్పడిన మడతలు, స్త్రీలో నాకు ఇష్టమైన అంగమైన తొడలు, మెత్తని నునుపైన చేతులు, రంగు వేసిన కాలి గోళ్లు, అవన్నీ నేను ఊహించిన ఆ లోకంలోని దేవతే దొరికిందన్న సంతోషం, సార్థకత, ప్రసన్నత నాలో ఏర్పడ్డాయి.

అవును, దీన్ని ప్రేమా? మోహమా? ఇది ఆకర్షణా? ఈ మూడు కూడా ఎందుకు కాకూడదు? నేను ఆ స్త్రీని ఇష్టపడ్డాను. ఆమె శరీరాన్ని అనుభవించాలనుకున్నాను. ఆమె శరీరంలోని ప్రతి అణువు పట్ల అనురక్తుణ్ణి కావాలని తహతహలాడాను. ఇదంతా నా వయసు అబ్బాయిలందరి

పిచ్చిమనస్సు అంతర్యమో, యవ్వనపు అహంకారమో లేదా ఈ ప్రకృతి నన్ను ఆమెతో పెనవేసిన బాంధవ్యమో... ఏదో నాకు ఒక్కసారిగా తెలియలేదు.

శనివారం సాయంత్రం ఆమె ఫ్లాట్‌కి వెళ్లాను. ముందుగానే ఆమె మొబైల్‌కి కాల్ చేసి చెప్పాను. అలాగే వచ్చేటప్పుడు బీరు బాటిల్స్ తీసుకుని రమ్మని చెప్పింది. ఆమెతోపాటు బీరు తాగుతూ, సిగరెట్ కాలుస్తూ, బయట ప్రశాంతమైన వాతావరణంలో, మసక వెలుతురులో కూర్చుని మాట్లాడుకోవడం నాకు చాలా ఇష్టమైన క్షణాలు. ఆమె ఫ్లాట్‌కి వెళ్లినవాడిని ఆమె గదంతా తిరిగాను. రెండు మూడు సార్లు ఆమె ఫ్లాట్‌కి వెళ్లినా, ఇంట్లోని అన్ని గదులను చూడలేదు. డబుల్ బెడ్ రూమ్ ఫ్లాట్ ఆమెది. ఆమె ప్రతిదీ చాలా అందంగా అమర్చింది. చక్కగా అలంకరించింది. రెండు బెడ్‌రూమ్‌లలో ఒకదాన్ని ఆమె చిన్న లైబ్రరీగా మార్చుకుంది. నేను ఆ గదిలోకి వెళ్లాను. అబ్బా! ఎన్ని పుస్తకాలు, నా దగ్గర కూడా అన్ని పుస్తకాల సంగ్రహం లేదు. ఓషో రజనీష్ పుస్తకాలు, కన్నడ సాహిత్యానికి చెందిన కువెంపు, అనంతమూర్తి, లంకేష్ ఇంకా చాలామంది రచయితల పుస్తకాలు, ఆంగ్ల సాహిత్యంలోని ఉత్తమ నవలలు అన్నీ ఆమె సేకరణలో ఉన్నాయి. మరోవైపు ఆమె రాసిన కథల కాగితాలు చెల్లాచెదురుగా పడివున్నాయి. ఆ కాగితాలను తీసుకున్నాను. అందమైన రాత, కన్నడ అక్షరాలు అందమైన ముత్యాల్లా కూర్చినట్లు రాసిన విధానాన్నీ, ఆమె భాషాజ్ఞానాన్నీ మౌనంగా గమనించసాగాను. అదే సమయంలో పెద్ద పింగాణీ కప్పులో కాఫీ తెచ్చింది. “రవీ కాఫీ తీసుకోండి” అని చేతికి ఇచ్చింది. “ఆ కథ ఇంకా పూర్తికాలేదు. ఆ కథా ఇతివృత్తం మొన్ననే స్ఫురించింది. రాస్తున్నాను” అని చెప్పగానే వెంటనే ఆ కాగితాలు కిందపెట్టాను. అలాగే కాఫీ సిప్ చేస్తూ ఆమె వెనుక వంటగది, బయటి చిన్న ఆవరణ, ఆరవేసిన ఆమె బట్టలు, లోదుస్తులు, బెడ్‌షీట్‌లు, నేల నుండి నలభై అడుగుల ఎత్తులో ఉన్న ఆమె ఫ్లాటు, బయటికి రాగానే బలంగా వీస్తున్న ఆ చల్లని గాలి–అన్నీ చూసి ఆమెతో, “రియల్లీ యు ఆర్ ఇన్ అమేజింగ్ వరల్డ్” అన్నాను. అందుకు ఆమె “థ్యాంక్స్” అంది. కప్పులో కాఫీ ఖాళీ అయింది. నేను తెచ్చిన బీరు బాటిల్స్ రిఫ్రిజిరేటర్‌లో పెట్టాను. “రవీ... ఓ అరగంట వెయిట్ చేయండి. చక్కగా వేడి వేడిగా వంట చేస్తాను” అంటూ వంటింట్లోకి వెళ్లింది. ఆమె వేసుకున్న స్లీవ్ లెస్ కుర్తా, దానికి

తగినట్లు నైట్ ప్యాంట్. నగ్నమైన భుజాలు, చేతులు. ఆ భుజాల మీద చిన్నప్పుడు వేసిన టీకాల తాలూకు గుండ్రని తెల్లటి గుర్తులు. ప్రతిదీ ఒక్క చూపులోనే గ్రహించాను.

ఆమె పక్కమీద వాలి ఏదో పుస్తకం చదువుతూ నిద్రమత్తుతో తూగుతూ అలాగే నిద్రలోకి ఎప్పుడు జారిపోయానో జ్ఞాపకం లేదు. హఠాత్తుగా మెలకువ వచ్చి చూస్తే ఆరుగంటలైంది. సౌదామిని ఏదో రాసుకుంటూ కూర్చుంది. నేను లేవడం చూసి 'గుడ్ ఈవినింగ్' అంది. నేను కూడా ఆమెను విష్ చేశాను. నేను ముఖం కడుక్కోవడానికి బాత్‌రూమ్‌కి వెళ్లాను. ముఖం తుడుచుకుంటూ బయటికి వరండా వైపు వచ్చాను. శుభ్రంగా వీచే గాలి నాలో ఒకరకమైన నూతన ఉత్సాహాన్ని కలిగించింది. ఇలాంటి సంధ్యా సమయంలో, మెల్లగా వీస్తున్న చల్లటి గాలిలో, అస్తమిస్తున్న ఆ దట్టమైన కుంకుమపువ్వు రంగు సూర్యుడిని చూస్తుంటే మనసు తేలికపడి, దొరికే సుఖసంతోషాలు అంతా ఇంతా కావు. ఇలాంటి సందర్భంలో జతగా కాస్త బీరు ఉంటే కలిగే ఆ మజానే వేరు. ఆలస్యం చేయకుండా వరాండా బయట రెండు కుర్చీలూ, ఒక చిన్న బల్ల వేసుకుని, ఫ్రిడ్జ్‌లోంచి బాటిల్స్ తెచ్చి ఇద్దరమూ కూర్చున్నాం. నేనే ఆమె గ్లాసులో బీరుపోసి, తెచ్చిన చిప్స్‌ప్యాకెట్ చింపి ప్లేటులో వేశాను. బీరు తాగుతూ వీస్తున్న గాలిని మరోసారి గాఢంగా పీల్చుకుంటూ "సౌదామినీ, రియల్లీ యు ఆర్ ఇన్ అమేజింగ్ వరల్డ్" అని మరోసారి అన్నాను. ఆమె నా మాటలకు నవ్వింది. మేము కబుర్లు చెప్పుకున్నాం. మా మాటల మధ్య వెజ్-నాన్-వెజ్ మాటలు, అల్లరి జోకులన్నీ దొర్లేవి. చాలా స్వేచ్ఛగా అంతా చెప్పుకున్నాం. తెచ్చిన రెండు సీసాలు ఖాళీ అయ్యాయి. డజన్ల కొద్దీ సిగరెట్లు బూడిదయ్యాయి.

రాత్రి దాదాపు పదకొండు గంటలైంది. బయట గాలి బిరుసుగా, బర్రుమని, రప్‌మని కొట్టేలా వీస్తోంది. మెరుపులు మెరిసి మెల్లగా వర్షం కురువసాగింది. వర్షం తీవ్రత అంతకంతకూ ఎక్కువైంది. ఉన్నట్టుండి కరెంటు పోయింది, అపార్ట్‌మెంట్ మొత్తం చీకటి కమ్ముకుంది. అంతటా నిశ్శబ్దం. చాలా వరకు అందరూ నిద్రపోయిండొచ్చు. ఈమె ఇంట్లో కూడా పూర్తిగా నిశ్శబ్దం. నేను వెంటనే సౌదామినితో, "వేర్ ఈజ్ క్యాండెల్?" అని అడిగాను. జవాబు రాలేదు. ఆమె బెడ్ రూమ్ దగ్గరికి వెళ్లాను. కొవ్వొత్తి కోసం వెతికాను కానీ

దొరకలేదు. అలాగే నిలబడ్డాను. వెనుక నుంచి ఎవరో నన్ను గట్టిగా కౌగిలించుకున్నట్టు అనిపించింది. చీకట్లో ఒక్కసారిగా తెలియలేదు. 'వుడ్ యు బి ఇంటరెస్టెడ్ ఇన్ సెక్స్ విత్ మి' అని అడిగినట్టు అనిపించింది. అవును, ఆమెదే స్వరం. ఆమెదే స్పర్శ. ఆమెదే ఒంటి వేడి. 'ఈ క్షణం కోసమే నేను ఇన్ని రోజులుగా ఎదురు చూస్తున్నాను' అని నేను మెల్లగా అన్నాను. పక్కలో ఇది నా మొదటి అనుభవం. నా చంకలోంచి చొచ్చుకుని వచ్చిన ఆమె చేయి నా ఛాతీ పైకి చేరి, ఉంగరాలు తిరిగివున్న ఛాతీపైని వెంట్రుకలను మెల్లగా పట్టుకుని లాగింది. ఆమె లాగినపుడు కలిగిన బాధలో దొరికిన సుఖం నన్ను ఏదో మత్తులో తేల్చుతున్నట్టు అనిపించింది. నెమ్మదిగా ఆమె వైపు తిరిగాను. చీకట్లో ఆమె ముఖం అంత స్పష్టంగా కనిపించకపోయినా, ఆమె ముఖంలోని కళ్లు, బుగ్గలు, పెదవుల మీద నా చేతిని కదిలించాను. ఆమె కాలి మునివేళ్లపై నిలుచుని నా పెదాలను ముద్దాడింది. చూస్తూ చూస్తుండగానే చీకట్లో మా శరీరాలపై ఉన్న దుస్తులు కనిపించకుండా పోయాయి. ఇద్దరం పక్కమీద వాలిపోయాం. నా చేయి ఆమె అనాచ్ఛాదిత దేహం మీద కదులుతున్నప్పుడు, గుడ్లకు పొదగడానికి ఇచ్చే వేడిలా ఆమె దేహంలోని వెచ్చదనం, అదురుతున్న బాహువులు, ఆమె నగ్నమైన శరీర స్పర్శానుభవం. హా!! చివరకు ఆ సుఖం దొరికింది. మహాకవులు, రచయితలు వర్ణించిన స్త్రీ రూపురేఖలు చదివి ఉన్మత్తుడవుతున్న నేను, ఈరోజు దాన్ని అనుభవిస్తున్నాను. ఇలాంటి ఒంపుసొంపులు స్పర్శజ్ఞానం లేకపోతే ఆ శిల్పి దేవాలయంలోని శిలాబాలికలను ఇంత సున్నితంగా చెక్కడం సాధ్యమా? రసిక మహాశయులకు స్త్రీలను కవితాత్మకంగా చిత్రించడం సాధ్యమా? గొప్పగా కీర్తించడం సాధ్యమా?

ఇదేనా సాధుసంతులు, మహనీయులు చెప్పిన పారమార్థిక మోక్ష పరమానంద సత్యమా? లేదా వేరే ఇంకేమైనా ఉందా? నాకు ఆ సంగతి తెలియదు. నేను అన్ని రకాల సుఖాలను ఆమె నుండి పొందాను. సంబరపడ్డాను. ఆస్వాదించాను. "నిజంగా నేను ధన్యుడిని సౌదామిని. ఇంకెప్పుడూ నన్ను వదిలి వెళ్లకు…వెళ్లకు…సౌదామినీ…సౌదామినీ"…అంటూ తెల్లవారుజామున పలవరించసాగాను.

"ఏమైందిరా?" అంటూ అమ్మ కంగారుగా నా గదిలోకి పరుగున వచ్చింది.

గబుక్కున లేచి కూర్చుని గదంతా కలయచూశాను. ఎవరూ లేరు. అమ్మ ఒంటరిగా ఉంది. ఏదేదో మాట్లాడుతోంది. నా చెవులకు ఆమె మాటలు వినిపించలేదు. అంతటా నిశ్శబ్ధం... మౌనం, చెవుల్లో ఏదో గుంయ్‌మంటోంది. ఆలస్యం చేయకుండా మొహం కడుక్కుని ఆమె అపార్ట్ మెంట్ ఉన్న ప్రాంతానికి వెళ్లాను. అదే స్థలం, అదే రోడ్లు, అదే మలుపులు. అయితే ఆ స్థలంలో మాత్రం అపార్ట్‌మెంట్ లేదు. ఆ స్థలమంతా ఖాళీ... ఖాళీ...

"సార్, నిన్నటిదాకా ఈ స్థలంలో ఒక అపార్ట్‌మెంట్ ఉండేదికదా... అది ఎక్కడికి పోయింది?" అక్కడ తిరుగుతున్న ఒకరిని పిలిచి అడిగాను.

అతను ఒక్కసారిగా నన్ను పైకి కిందకి చూసి, అపహాస్యం చేసే విధంగా ముఖం పెట్టి, "మీరు భ్రమపడుతున్నారు" అని చెప్పి నా గురించి ఏదో గొణుక్కుంటూ అటు వైపు వెళ్లాడు.

నేను ఆమెతో కలిసి తిరిగిన రోడ్లు, వీధులు, థియేటర్లు, తాగిన బార్లు, డ్యాన్స్ చేసిన పబ్‌లు, డిస్కోథెక్‌లు, రెస్టారెంట్లు–అన్ని చోట్ల వెతికాను. నా సౌదామిని ఎక్కడా కనిపించలేదు.

చప్పున గుర్తొచ్చినట్టు, జ్ఞాపకపు పొరల్లో ఉన్న ఆమె నంబర్ గుర్తు చేసుకుని ఫోన్ చేశాను. ఒక క్షణం నిశ్శబ్దం. గుండె చప్పుడు, చేతులు వణుకుతున్నాయి.

కబీర్ మరోసారి గుర్తుకొచ్చాడు.

నవ్వి నృత్యం చేసేవారు కనిపించరు ప్రియతమా, చూసినవారు కార్చుతారు కన్నీళ్లు

నవ్వుకు దొరికితే ప్రియా రోదించేవారు ఉండరు ప్రియుని కోసం!

'నంబర్ యు డయల్డ్ ఈజ్ నాట్ వ్యాలిడ్డ్ ...ప్లీజ్ చెక్ ది నంబర్ అండ్ ట్రై అగేన్' అని అటువైపు నుంచి ఎవరో మహిళ గొంతు వినిపించింది. అంతే...!

❖

ఊరు-దేవుడు

మలెనాడులో ఇటీవల జరిగిన అల్లర్లు సబ్‌ఇన్‌స్పెక్టర్ రామస్వామి బుర్రను వేడెక్కించాయి. ఇతను వచ్చిన ఆ సంవత్సరంలో హొసకెరెలో జరిగిన అల్లర్లు, మర్డర్, కిడ్నాప్ కేసులు ఇంకా పరిష్కరింపబడక కుళ్లిపోతున్నాయి. మొన్ననే ఓ బ్రాహ్మణ యువతి కనిపించటం లేదని ఫిర్యాదు కూడా నమోదైంది. ఊళ్లోని దళితులు, గౌడల మధ్య శత్రుత్వం, వైమనస్యం, ద్వేషం పెరుగుతూనే ఉన్నాయి. ఇతనే చాలాసార్లు వీళ్లిద్దరి మధ్య నిలబడి రాజీ కుదిర్చినా ప్రయోజనం లేకపోయింది. లోలోపల నిప్పు రగులుతూనే ఉంది. ఊళ్లోని జనమంతా రోడ్డుమీదే సమ్మె చేసి, నినాదాలు చేసి, కనిపించకుండా పోయిన అమ్మాయిని వెతికిపెట్టాలని, పోలీసులు డబ్బు తీసుకుని కేసు మూసివేస్తున్నారని స్టేషన్ దగ్గర గొడవ చేశారు. ఉన్నతాధికారుల ఒత్తిళ్లు, ప్రజల సమ్మె, గౌడల– దళితుల మధ్య జగడం ఇలా ఎన్నో వ్యవహారాల వల్ల సబ్ ఇన్‌స్పెక్టర్ రామస్వామికి బుర్ర వేడెక్కి రోజూ రాత్రి రెండు బాటిళ్లు విస్కీ తాగినా ఒత్తిడి తగ్గటం లేదు. భార్య పిల్లలను హొసకెరెకు తీసుకురాలేదు. కుటుంబాన్ని దూరంగా హుబ్లీలోనే ఉంచాడు.

హొసకెరెకు వచ్చిన సబ్ ఇన్‌స్పెక్టర్లందరూ ఇక్కడి ప్రజల హింస, తాగుడు, పితూరీలు, అంతర్గత కుట్రలు, సంపదలను భరించలేక ఎం.ఎల్.ఎ., ఎం.పి.ల కాళ్లుపట్టుకుని పారిపోయేవారు. అంతేకాదు వీళ్ల అకౌంట్‌కు రావలసిన 'మామూలు' కూడా సరిగ్గా రావటం లేదు. కొన్నిసార్లు, బార్లు, హొటళ్లు, సినిమా హాళ్లకు వెళితే పోలీసులనే అక్కడి జనం పట్టుకుని చితకబాదేవాళ్లు. అందువల్ల పోలీసులే ఊళ్లో ఉన్న కొంతమందికి భయపడేవారు. ఇలాంటి

పరిస్థితిలో రామస్వామి హెూస్కెరెకు వచ్చిన తర్వాత చాలా గొడవలను అణచివేశాడు. చిన్న చిన్న గొడవలు చేసే చిల్లర రౌడీలు, పోకిరి కుర్రవాళ్లను స్టేషన్‌కి తీసుకొచ్చి, చితకబాది కారంపొడి పూసేవాడు. అతను కూడా అత్యంత బలాఢ్యుడు. ఐదారుగురు ఒక్కసారిగా మీదపడినా, వాళ్లను చితకబాది, కిందకు వేసి తొక్కి, నోట మట్టి కొట్టగలిగేటంత స్థాయిలో దృఢమైనవాడు.

మొన్న మళ్లీ ఎవరో అమ్మాయి విషయంగా ఊళ్లోని కొందరు పోకిరి పిల్లలు గొడవ పడ్డారు. రాత్రి తాగిన మద్యం మత్తు ఉదయం వరకూ దిగకుండా ఉండగానే నలుగురైదుగురు కానిస్టేబుళ్లను తీసుకుని గొడవ చేసిన కుర్రవాళ్లను లాకప్‌లో వేసి, వీపు, ఒళ్లు, ముడ్డి ఎర్రబడేలా వాయించి నెలలకొద్దీ జైల్లో మగ్గిపోయేలా చేశాడు. అప్పటి నుంచి ఉళ్లో కాస్త శాంతి వాతావరణం ఏర్పడింది. ఇదంతా జరిగి అతనికి కాస్త శాంతి దొరికినప్పుడే ఆ బ్రాహ్మణ అమ్మాయి కనిపించకుండా పోవటం అతను కూర్చున్న కుర్చీలో ముళ్లయి నిలుచుంది. అయితే ఆ అమ్మాయి కుటుంబీకుల వాస్తవమైన రూపం ఏమిటి? ఆమె ఎలాంటిది...! ఆమె తండ్రి ఎలాంటివాడో? అన్నీ తెలుసుకోవాలి. మరుసటి రోజు నిద్రలేచినవాడు నేరుగా ఆమె కాలేజీకి వెళ్లి నాలుగైదు రౌండ్లు కొట్టి, కాలేజీ ప్రిన్సిపాల్స్ మొదలు ఆమె క్లాస్‌మేట్‌లను, స్నేహితులను, ఆమె ఉపాధ్యాయులను అందరినీ కలిశాడు. అయితే ఎవరి నుంచీ ఆ అమ్మాయి గురించి ఒక్క మంచి అభిప్రాయం రాలేదు. ఆమె కాలేజీలో చేసుకున్న ఏవో పనికిమాలిన పనులు ఆ సంస్థకు చెందిన ఏడవ తరగతి అబ్బాయికి కూడా తెలుసు. పియుసి చదువుతున్న సమయంలోనే ప్రిన్సిపాల్ కుమారుడికి లవ్ లెటర్ రాయటం, కాలేజీ వార్షిక కార్యక్రమం జరుగుతున్న సమయంగా కాలేజీ యూనియన్ లీడర్‌తో క్యాంపస్‌లోనే రాత్రి ఒంటిమీద బట్టలు లేకుండా నగ్నంగా వాచ్‌మెన్ చేతికి దొరకడం, ఎవరో ఆమెను ఇష్టపడి పెళ్లి చేసుకుంటానని వచ్చినపుడు, అతని కులగోత్రాలు తెలియకుండా అతనితో పారిపోవడానికి సిద్ధం కావటం, ఆ సమయంలో తండ్రి చేతికి దొరికి నెలలకొద్దీ గదిలో బందీ కావడం –ఇవన్నీ కాలేజి అమ్మాయిలు అబ్బాయిలందరికి కంఠోపాఠమైంది.

ఇదంతా విన్న రామస్వామి ఈ అమ్మాయి ఇలా వుండానికి కారణం ఏమైవుండొచ్చు? తల్లిదండ్రుల పెంపకం సరిగ్గా లేకపోవటమా లేదా ఆమె

స్నేహితుల సాంగత్యమా లేదా ఇతర మగవాళ్లను చూసినపుడు వాళ్లతో పడుకోవాలని, పారిపోవాలని కన్నవారిని నిందించే కొందరు ఆడవాళ్లకు వున్నటువంటి మానసిక రోగమా? అతనికి ఏమీ అర్థం కాలేదు. ఏమైనప్పటికీ ఆమె ఎవరితో పారిపోయి ఉంటుంది? ఈ మధ్య ఆమెను ఎవరు కలిశారు? ఒకవేళ తండ్రి ఆమెకు ఏదైనా సంబంధం వెతుకుతున్నాడా? ఇలా రామస్వామి మనస్సులో పుట్టిన అనేక ప్రశ్నలకు సమాధానాలు దొరకాలి. అంతేకాదు, ఆమె తండ్రి చరిత్రను తెలుసుకోవాలి. గతంలోనూ అతని మీద ఏదో ఫిర్యాదు నమోదైంది. ఆ విషయం హెడ్ కానిస్టేబుల్ సుబ్బయ్య చెప్పడంతో కుతూహలం ఆపుకోలేక పాత ఫైళ్లను తిరగవేశాడు.

రామకృష్ణ భట్టు మీద ఆలయ నిధుల దుర్వినియోగంపై ఫిర్యాదు నమోదైంది. అప్పుడు ఉన్న ఇన్‌స్పెక్టర్, రామకృష్ణభట్టు నుంచి డబ్బు తీసుకుని ఆ గొడవ బయటికి పొక్కకుండా ఫైలు క్లోజ్ చేశాడు. ఇంత జరిగినా రామకృష్ణ ఇప్పటి వరకూ ఆలయ ప్రధాన అర్చకుడిగా, ఆలయ పాలక మండలి సభ్యుడిగా ఉన్నాడు. అతను చేస్తున్న బ్రాహ్మణ్యపు పనులు, పూజలు-పునస్కారాలు, శ్రాద్ధాలు అంటూ ఊరూరు తిరుగుతూ పిండాలు పెట్టించినా, అతని సంపాదన హెూస్కెరెలో కట్టిన నాలుగైదు లక్షల ఇల్లు, భార్య ఒంటి మీద బంగారు విలువలో నాలుగో వంతు కూడా ఉండటానికి సాధ్యం లేదు. అలాంటప్పుడు ఇంత డబ్బును అతను ఎలా సంపాదించాడు? దేవాలయం హుండీ డబ్బులు అతని ఇంటికి చేరిందా? భక్తులు కానుక రూపంలో ఇచ్చిన డబ్బులో తేడా వచ్చివుంటుందా? ఇంతకీ ఆయన ఊరి ప్రజలతో అయినా బాగున్నాడా? అది కూడా లేదు. అతని కులానికి చెందిన బ్రాహ్మణుల్లో సగానికి సగం మంది ఇతన్ని చూస్తే ముఖం తిప్పుకుంటారు. తన కూతురు కనిపించకుండా పోయినపుడు ఆయన కులస్థులే భట్టు కూతురుపై దుష్ప్రచారం చేశారు. కనీసం తమ కులం వరకైనా బాగుంటే, కొన్నిసార్లు తమ జాతివాడని మద్దతు అయినా ఇచ్చేవారు. ఇప్పుడు అది కూడా లేకుండా పోయింది.

రామకృష్ణ కోపం, చిరాకు, దర్పం, అహంకారం మొదలైన గుణాలు కలిగిన వ్యక్తి. మంత్రాలు పఠించే నోటితో కాలం, సమయం, స్థలం అని చూడకుండా, కేవలం నడుం కింది భాగానికి సంబంధించిన తిట్లనే వాడేవాడు.

అత్యంత నీచంగా తిట్టేవాడు. అలాంటివాడు తన కూతురును సరిగ్గా పెంచుతాడా? ఆమె కూతురు తెల్లగా, సన్నగా, తీగలా ఉందని ఆమెను ఇంట్లోంచి బయటికి పంపకుండా, వీధిలోని అబ్బాయిలూ ఆమెతో మాట్లాడకుండా పెంచాడు. ఇంతైనా ఆమెలో నిక్షిప్తంగా దాగివున్న మగవాళ్ల పట్ల మోహాన్ని అతడు అణచివేయ లేకపోయాడు. మొదట్లో ఆమె బాలికల పాఠశాలలోనే చదివింది. కానీ కాలేజీకి వచ్చాక అబ్బాయిలతో సహవాసం పెరిగింది. ఆమే ఒక అన్యజాతి అబ్బాయి వెంట పడటంతో ఆమె తండ్రి తన కూతురి తప్పు చెప్పకుండా ఆ అబ్బాయిని రోడ్డులో ఆపి కొట్టాడు. దీంతో కోపోద్రిక్తులైన ఆ వీధి కుర్రవాళ్లంతా అదే రోజున రామకృష్ణభట్టు వేసిన జంధ్యాన్ని లాగిపారేసి, రెండు రోజులు లేవనంతగా కొట్టారు. ఈయన జనంచేత దెబ్బలు తినటం ఇదే మొదటిసారి కాదు. గతంలోనూ ఒకసారి శివరాత్రి రోజున శివుని గర్భగుడిలో అభిషేకం చేయడానికి బ్రాహ్మణులకు మాత్రమే అనుమతి ఉంటుందని సర్క్యులర్ జారీ చేసి తనంతట తానే గొడవను తెచ్చుకున్నాడు. అయితే ప్రతి సంవత్సరం శివరాత్రి రోజున అందరికీ ఆ అవకాశం ఉండేది. ఈ సంవత్సరం ఇతను ఆపటంతో ఊళ్లోని లింగాయతులు, గౌడలు, ఉప్పరులు ఊరివాళ్లంతా కలిసి ఇతన్ని గుడిలోనే కొట్టారు. ఇంత జరిగినా ఈ రామకృష్ణభట్టు ప్రతాపం తగ్గలేదు. ఈయనకు మద్దతుగా కమిటి సభ్యుల్లో నలుగురైదుగురు బ్రాహ్మణులు మాత్రమే ఉన్నారు.

ప్రతి సంవత్సరం ఆ ఆలయ పాలక మండలికి జరిగే ఎన్నికల్లో బ్రాహ్మణ కులస్థులలోనే ఒక్కొక్కరు అధ్యక్షులై అధికారాన్ని పంచుకునేవారు. ఎన్నికలు జరిగిన ప్రతిసారీ బ్రాహ్మణ కులానికి చెందినవారే అధ్యక్షులు కావటానికి ప్రయత్నించడం సాధారణమే. మిగిలిన కులాలవారు కేవలం నామమాత్రంగానే మండలిలో ఉండేవారు. వివిధ కులాల నాయకులకు ఇది ఇబ్బందిగా వున్నప్పటికీ, వారిలో ఐక్యమత్యం లేకపోవడమే బ్రాహ్మణుల ఆధిపత్యానికి ప్రధాన కారణమైంది. ఇంతైనా లక్షలాది ఆదాయం ఉన్న ఆలయ పాలక మండలిలో అధికారం అనుభవించేందుకు ఇతర కులాల నేతలంతా ఎదురుచూసేవారు. ఈ ప్రసిద్ధ చారిత్రక దేవాలయానికి ప్రభుత్వం నుంచి నిధులు వస్తూనే ఉన్నాయి. అంతే కాకుండా దేవుళ్ల కోసం హుండీలో వేసిన కానుకలు, మొక్కుబడుల వివరాలు లెక్కవేస్తే ఏడాదికి కోటి రూపాయల వరకు

ఆదాయం వచ్చేది. రెండు మూడు దశాబ్దాలుగా బ్రాహ్మణుల పట్టులో ఉన్న ఆ దేవాలయం ఏ స్థితికి చేరిందంటే దేవాలయానికి చెందిన వందలాది ఎకరాలకు సాగునీరు ఉన్న పొలాల నుంచి క్వింటాళ్ల కొద్ది వడ్లు వచ్చినా పదిమందికి అన్నదానం ఉచితంగా చేయాలనే బుద్ధి పుట్టలేదు. అన్ని స్థాయిలలోనూ దేవాలయ పరిస్థితి అంత బాగాలేదు.

పూజ చేసే భట్టులలోనే రెండు శాఖలు ఉండేవి. అందులో రామకృష్ణది ఒక శాఖ. వాసుదేవ దీక్షితులది మరొక శాఖ. వీళ్ల మధ్యనే వైమనస్యం, గొడవలు సాధారణమైపోయాయి. ఒకరిని చూస్తే మరొకరికి పడేదికాదు. ఇంతకు ముందే చెప్పినట్లు రామకృష్ణ కూతురు పారిపోయినప్పుడు ఆమె గురించి ఎక్కువగా దుష్ప్రచారం చేసినవారు వీళ్లే! ఊళ్లోని చాలా మందికి దేవాలయం పరిస్థితి తెలిసిందే. తెలిసినా ఇలాంటి విషయాలకు బుర్రపాడుచేసుకునేవారు కాదు. తమ పాటికి తాముండేవారు. దేవాలయానికి వచ్చి దేవుడికి దండం పెట్టుకుని వెళితే చాలని మౌనంగా ఉండేవారు. ప్రజల మధ్య ఐక్యత లేదు. ముఖ్యంగా ఉన్నత కులస్థులైన లింగాయతులు, గౌడలు, స్వర్ణకారులు, ఏనుగుదంతాలతో, కొయ్యతో బొమ్మలు విగ్రహాలు చేసేవారు, ఇంకా అనేక చిన్నాచితకా జాతుల జనుల్లో చెప్పుకోదగ్గ ఐక్యత లేదు. అదే కింది జాతులవారైన ఉప్పర్లు, దళితులలో మంచి ఐక్యమత్యం ఉండేది. ఊరిలో ఉన్నటువంటి పరిస్థితిని చూసి చూసి విద్యావంతులైన యువకులు విసిగిపోయారు.

ఈ మధ్య కాలంలో హెుస్కెరెకు ప్రాంతంలో పరివర్తనా గాలులు వీచసాగాయి. ఇటీవల ప్రభుత్వ అందిస్తున్న సౌకర్యాల దృష్ట్యా ఊళ్లో స్వయంసేవక సంఘాలు, స్త్రీశక్తి సంఘాలు, యువజన సంఘాలు అస్తిత్వంలోకి రాసాగాయి. వారివారి కులాలలో, వారివారి వార్డులలో స్త్రీ శక్తి సంఘాలను ఏర్పాటు చేసుకున్నారు. తమను తాము ఆర్థిక వ్యవహారాలలో నిమగ్నం చేసుకున్నారు. ఈ స్వయం సేవక సంఘాల నుంచి ప్రజలలో, అలాగే స్వజాతీయుల మధ్య నెమ్మదిగా ఐకమత్యం ఏర్పడసాగింది. సంఘాల ఆర్థిక లావాదేవీలన్నీ ప్రభుత్వం రూపొందించిన నియమాల ప్రకారం చట్టబద్ధంగా నిర్వహించడం వల్ల అందులో మోసం, వంచన జరిగే అవకాశాలు తక్కువగా ఉండేవి. అలాంటి సమయంలో విద్యావంతులైన యువకులు తాము పుట్టి పెరిగినప్పటి నుంచి ఊరి చిన్న చిన్న

గొడవలకు కులపు రంగులు పూయడం, శుష్క రాజకీయాల వాసనలు, దేవాలయాల్లో బ్రాహ్మణ కులాలవారి అధికారంలాంటివి చాలా దగ్గరి నుంచి నిశితంగా గమనిస్తూ వచ్చారు. మొదట్లో వీళ్లలోనూ చెప్పుకోదగ్గ ఐక్యత లేదు. నిమ్న కులాల కుర్రవాళ్లు హైస్కూల్ కాలేజ్ మెట్లు ఎక్కడం ప్రారంభించారు. అలా అన్ని కులాల అబ్బాయిలందరూ ఒకే క్లాసులో కలిసి చదువుకోవడం మొదలుపెట్టినపుడు, అప్పుడే వారి మనసులోని ఆలోచనలను ఒకరితో ఒకరు పంచుకుంటూ చాలా దగ్గరవుతూ పోయారు. ఊళ్లో జరుగుతున్న మురికి రాజకీయాల గురించి ఆలోచించసాగారు. విద్యార్థులైన తమకు అవి అవసరమా? అని అనుకున్నారు. అయితే ఊర్లో శాంతిభద్రతల కోసం తమ వల్ల కొంతైనా సేవ జరగాలనే పట్టుదలతో ఒక్కొక్కరు తమ తమ ఆలోచనలను, అభిప్రాయాలను బయటపెట్టారు. మురికి రాజకీయాల దొమ్మరాటలు, కుల విద్వేషాలు పెచ్చరిల్లుతున్న సమయంలో రామస్వామి సబ్ ఇన్‌స్పెక్టర్‌గా ఆ ఊరికి వచ్చాడు. ఆ ఊరిలో ఇంతకు ముందు వచ్చిన ఇన్‌స్పెక్టర్లు ఎక్కువ కాలం ఉండలేక వెళ్లిపోయారు. మిగిలిన కానిస్టేబుళ్లు ఏం చేయగలరు? రామస్వామి ఊరికి వచ్చిన తర్వాత మొదట ఈ పనే చేశాడు. ఆ ఊరిలోని ఆలోచనాపరులైన యువకులందరినీ ఒకచోట చేర్చి ఒక సంఘాన్ని ఏర్పాటు చేశాడు. అలా పుట్టుకొచ్చిందే శ్రీ రామేశ్వర యువక సంఘం. ఎప్పుడైతే ఈ సంఘం క్రియాశీలంగా అస్తిత్వంలోకి వచ్చిందో, రామస్వామి అప్పుడు ఊళ్లో జరుగుతున్న చిన్నచిన్న గొడవలు పెద్ద తగాదాలుగా మారకుండా చూసేవాడు. బ్రాహ్మణులు, లింగాయతులు, ఉప్పర, దళిత, గౌడ, కుమ్మరి, కమ్మరి, వడ్డెర, ముస్లిం అన్ని కులాల కుర్రవాళ్లు ఆ సంఘంలో ఉన్నారు. ఉప్పర కులస్థుడైన మంజునాథ అధ్యక్షుడిగా, లింగాయతుడైన బసవరాజ్ ఉపాధ్యక్షుడిగా, దళితుడైన తెంగు చెన్నయ్య కార్యదర్శిగా ఉన్నారు.

సబ్-ఇన్‌స్పెక్టర్‌కు పట్టణంలోని దేవాలయం, అంతర్ కలహాలు, దేవాలయ పాలక మండలి మోసం, వ్యవహారాలపై పూర్తి అవగాహన ఉండేది. ఆ దేవాలయంలో శాంతిభద్రతలు కాపాడాలన్నదే అతని మొదటి ఉద్దేశం. ఆ కారణంగానే, ఆ దేవాలయం పాలక మండలికి వ్యతిరేకంగా ఈ కుర్రవాళ్లను కూడగట్టాడు. ఈ కుర్రవాళ్లు పాలక మండలిని మొదటి నుంచీ

గమనిస్తూనే వచ్చారు. చారిత్రకంగా ప్రసిద్ధి చెందిన ఈ దేవాలయాన్ని చూడటానికి వస్తున్న జనం కొన్నిసార్లు వీళ్ల గొడవలను చూశారు కూడా. దేవాలయంలో ఇది ఒక విధమైన ఆరని నిప్పులా మారింది. మండలిని మార్చాలనే ఒత్తిడి కూడా పెరిగింది. అవశేషంగా మారబోతున్న ఈ దేవాలయాన్ని మరమ్మత్తులు చేయించి విస్తరించి, మరింత అభివృద్ధిపరచాలని ఊళ్లోని కొందరు సహృదయులైన పెద్దల ఆశయం.

ఊళ్లో మార్పు తప్పనిసరి అని వాదించడం సులభమైనప్పటికీ దాన్ని అంతే సులభంగా ఆచరణ రూపంలోకి తీసుకురావడం చాలా కష్టం. రెండు మూడు దశాబ్దాలుగా వంశపారంపర్యంగా అధికారాన్ని వహిస్తున్న బ్రాహ్మణుల కమిటీని ఒక్కసారిగా తొలగించడం అంత సులువు కాదు. ఒక్కసారి గొడవ చేసి నినాదాలు చేస్తూ భయపెట్టేది కాదు. అన్నిటినీ చట్టబద్ధంగానే చేయాలి. కొత్తగా తలెత్తిన రామేశ్వర యువజన సంఘానికి ఇన్‌స్పెక్టర్ రామస్వామి మద్దతు ఉండటం, ఊరి ప్రజలకు తెలిసినప్పటికీ ఈ యువజన సంఘాన్ని, దాని వెనుక పులిలా నిలబడ్డ రామస్వామిని ఎదిరించే ధైర్యం ఎవరికీ లేదు. రామస్వామి అంటే అందరికీ ఎంతో భయం. అంతే కాకుండా రామస్వామి నిజాయితీపరుడైన పోలీసు అధికారి అని హొస్కర ప్రాంతం మొత్తానికి తెలిసిన విషయం. పరిస్థితి ఇలా ఉండగా, ఊరి ప్రముఖులను, దేవాలయ పాలక మండలిని వ్యతిరేకం చేసుకోకుండా, ఈ వ్యవసకు వ్యతిరేకంగా పోరాడటానికి రామస్వామి చట్టబద్ధవమైన న్యాయ పోరాట మార్గాన్ని చూపసాగాడు.

ఇన్‌స్పెక్టర్ రామస్వామి సలహా మేరకు అధ్యక్షుడు మంజునాథ్, సిద్దేశ్ మరికొందరు కుర్రవాళ్లు ఆ రోజు రాత్రికి బెంగళూరు బయలుదేరారు. ఇలా బయలుదేరిన వారిలో సిద్దేశ్ ఉత్తమ ఆలోచనాపరుడు, విద్యావంతుడు, పైగా ప్రభుత్వ ఉద్యోగి కూడా. అతనికి చాలా మంది ప్రభుత్వ అధికారులతో పరిచయం ఉంది. బెంగుళూరు వచ్చిన వీళ్లు ప్రాచీన పురావస్తు శాఖ, పర్యాటక శాఖ అధికారులను కలిశారు. తమ ఊరి దేవాలయంలో జరుగుతున్న వాస్తవ విషయాలను తెలియజేశారు. ప్రభుత్వం విడుదల చేసిన సొమ్ము దుర్వినియోగం, అవినీతి, పాలకమండలి దురుసు ప్రవర్తన, అంతర్గత తగాదాలు-అన్నిటిపై ప్రభుత్వ అధికారులకు అవగాహన కలిగించారు. ప్రభుత్వానికి మనవి

చేయదలుచుకున్న అన్ని విషయాలను ఒక దరఖాస్తు రూపంలో సంఘం తరఫున అందజేసి వచ్చారు. వాళ్లు ఇచ్చిన ఈ దరఖాస్తును అక్కడి ఉన్నతాధికారులు అంత తేలిగ్గా తిరస్కరించేది కాదు. ఇందుకు పైవారి రాజకీయ ఒత్తిళ్లు కూడా పనిచేశాయి. దీనికి కారణం రామస్వామికి ఉన్న రాజకీయ సంబంధాలే.

సంఘంవాళ్లు బెంగుళూరు వెళ్లివచ్చిన కొద్దిరోజులకే ప్రభుత్వం తరఫున కార్యదర్శి ఐఏఎస్ ఆఫీసర్ నాగరాజరావుగారే స్వయంగా హెుస్కెరెకు వచ్చారు. ఆయన వస్తున్న సమాచారాన్ని దేవాలయ పాలక మండలికి ముందుగానే తెలియజేయలేదు. కార్యదర్శి నేరుగా వెళ్లి వాస్తవాలను పరిశీలించాలని అనుకున్నారు. ఊరిప్రజలు ఇచ్చిన ఫిర్యాదును, దానికి సంబంధించిన సాక్ష్యాలను పెట్టుకుని కమిటీ సభ్యులను విచారణ జరిపారు. ఆలయ అభివృద్ధికి ప్రభుత్వం విడుదల చేసిన సొమ్ము వృథా కావటం, శిథిలావస్థకు చేరుకుంటున్న ఆలయాన్ని పట్టించుకోకుండా అదే స్థితిలో పెట్టడం వల్ల, వాళ్లు చూపుతున్న ప్రతి రికార్డులోనూ, రశీదుల్లోనూ వాస్తవమేమిటో తెలిసిపోయింది. దాదాపు నాలుగు గంటలపాటు దేవాలయానికి సంబంధించిన సమస్త వ్యవహార పత్రాలు, సభ్యులను విచారించిన తర్వాత సీనియర్ అధికారులు ఒక నిర్ణయానికి వచ్చారు. ఇక పై ఇదే కమిటీకి అధికారం ఇస్తే దేవాలయం అవశేషంగా మిగిలిపోవటం కచ్చితమని భావించి, ఆ కారణంగా ప్రస్తుతమున్న కమిటీని రద్దు చేసి కొత్త కమిటీ ఏర్పడే వరకు కొంత మంది ప్రభుత్వాధికారులను, పోలీసు అధికారులను భద్రతకోసం నియమించాలని అక్కడి నుంచే ఉత్తర్వులు జారీ చేశారు. ఆనాటి పరిణామాలన్నింటిలో ఇన్‌స్పెక్టర్ రామస్వామి పాలుపంచుకున్నారు. ఇప్పటికే సొమ్ము దుర్వినియోగ చేసిన కొందరిపై కేసు నమోదైంది. దేవాలయ పాలక మండలి సభ్యులందరినీ తొలగించారు. అప్పుడే ఆలయ పురోహితులు, ఇతర సభ్యులు ఏకమై దీనిని వ్యతిరేకించారు. అర్చకుడు దేవుడికి పూజలు నిర్వహించనని బెదిరించాడు.

ప్రభుత్వ అధికారులు వారి మాటలకు బెదరలేదు. "మీరు పూజ చేయకపోతే పరవాలేదు, బయటి నుంచి బ్రాహ్మణులను తీసుకొచ్చి పూజ చేయిస్తాం" అని జవాబు ఇచ్చి దేనికీ వెనుకాడకుండా ప్రస్తుతం దేవాలయాన్ని చూసుకొమ్మని తమ శాఖా సిబ్బందికి తాత్కాలికంగా బాధ్యతలు అప్పగించి

బెంగుళూరుకు వెనుతిరిగారు.

ఎప్పుడైతే దేవాలయం ప్రాంగణం నుంచి అగ్రవర్ణ సభ్యులను కమిటీ నుంచి తొలగించారో ఊళ్లో పెద్ద దుమారమే లేచింది. పరివర్తనా గాలి వీచసాగింది. తాము ఇంత వయసు వచ్చినా ఏమీ చేయలేకపోవటాన్ని, ఈ యువకులు చేయటాన్ని చూసి హెుస్కెరె పెద్దలు తమలో తాము మాట్లాడు కున్నారు. ఆ కమిటీ రద్దు తర్వాత కొందరు సీనియర్ రిటైర్డ్ అధ్యాపకులు, అధికారులు కూడా కాస్త సంతోషించారు. చాలా రోజులు దేవాలయంలో పూజ పునస్కారాలు జరగలేదు. రామకృష్ణ భట్టు, అతని సహచరులు దేవాలయానికి వెళ్లనేలేదు. కొంతమంది బ్రాహ్మణులు మాత్రమే తమ తమ కులదేవతలను పూజించుకుని వచ్చేవారు. అప్పటి వరకు ప్రభుత్వ సిబ్బందివారే పనులు నిర్వహించేవారు. ఇలాంటి సందర్భాలలో దేవాలయం దగ్గర కొందరు గలాటలు, గొడవలు చేస్తారని ఊహించి రామస్వామి దేవాలయం దగ్గర ఐదారుమంది కానిస్టేబుళ్లను నియమించాడు. గొడవలు చేయాలనుకున్నవారు రోడ్డు మీదికి రావడానికి భయపడసాగారు. మరికొందరు రామస్వామికి భయపడి ఇంట్లోనే ఉండిపోయారు. ఇది జరిగిన నాలుగు రోజుల్లోనే ప్రభుత్వం నుంచి సర్క్యులర్ వచ్చింది. దాని ప్రకారం దేవస్థానం పాలక మండలి అధ్యక్షుడిని ఎన్నుకునేందుకు ఎన్నికలు నిర్వహించనున్నారు. ఏ వర్గానికి చెందినవారైనా ఎన్నికల్లో పోటీ చేయవచ్చు. ప్రతి మూడేళ్లకోసారి ఎన్నికలు జరుగుతాయి. ప్రజలచే ఎన్నుకోబడి, నియమించబడిన ప్రజాప్రతినిధులు ప్రభుత్వ ఆదేశాల మేరకు న్యాయంగా పాలనను జరపాలని ఆ సర్కులర్‌లో పేర్కొన్నారు. ఆ సర్కులర్ వివరాలు ఊళ్లో ఓ చిన్న మార్పుకు కారణమైంది. ఊళ్లోని అన్ని కులాలవారు తమ వర్గానికి చెందిన నాయకులను వెతకసాగారు. పంచాయతీ ఎన్నికల్లో పోటీ చేసి ఓడిపోయిన నేతలంతా దేవస్థానం అధ్యక్ష పదవి కోసం పోటీ చేయడానికి నిర్ణయించుకున్నారు.

శ్రీ రామేశ్వర్ యువక సంఘం తరఫున విద్యావంతుడు, కళాశాల లెక్చరర్ అయిన నలభై ఏళ్ల దళితుడైన సిద్దేశ్‌ను ఏకాభిప్రాయంతో ఎన్నికల్లో నిలబెట్టారు. ఊళ్లోని నిరక్షరాస్యులూ మేల్కొన్నారు. ఏ వ్యక్తి మంచివాడో, క్రమశిక్షణతో ఉంటాడో అనే అవగాహన ప్రజలకు వచ్చింది. సుమారు పదిహేను

మందికి పైగా ఎన్నికల బరిలో నిలిచారు. ప్రభుత్వ ఆదేశాల మేరకు ఎన్నికలు జరిగాయి. ప్రభుత్వ ఆదేశాల ప్రకారం అంతా సజావుగా సాగింది. అన్ని వర్గాలవారు, కులాలవారు తమ తమ నాయకులకు ఓట్లు వేశారు.

ఎన్నికలు పూర్తయ్యేవరకు ప్రభుత్వ అధికారులు, ఇన్‌స్పెక్టర్ రామస్వామి, అందరూ అత్యంత క్రమశిక్షణతో పనిచేశారు. శుక్రవారం శుభసాయంత్రాన దేవస్థానం పాలక మండలి అధ్యక్షుడి పదవి ఫలితాంశాలు ప్రకటించారు. సమర్థవంతమైన నాయకత్వానికి మంచి గుర్తింపు లభించింది. రామేశ్వర్ సంఘం తరఫున పోటీ చేసిన సిద్దేశ్‌కుమార్ అత్యధిక ఓట్లు సాధించాడు. మిగిలిన స్థానాల్లో, బలమైన వర్గాలైన లింగాయత, బ్రాహ్మణ కులాలకు చెందిన చన్నలింగస్వామి, తిరుమల నరసింహ శాస్త్రిగారు ఉపాధ్యక్ష, కార్యదర్శుల పదవులకు ఎన్నికయ్యారు. చన్నలింగస్వామి హొస్కెరెలో సొంతంగా ట్రాన్స్‌పోర్ట్ కంపెనీ నడుపుతున్నారు. ఆయనకు డజన్ల కొద్దీ బస్సులు ఉన్నాయి. ఈయన కుటుంబం మొదటి నుండి ధనవంతులు కావటం వల్ల, గతంలో దైవకార్యాలకు లక్షలాది డబ్బును విరాళంగా ఇచ్చారు. ఈయన కూడా దేవస్థానానికి సమర్థుడైన నాయకుడు. తిరుమల నరసింహ శాస్త్రి దేవస్థానం పూర్వ కమిటీలో పనిచేసిన మంచి అనుభవం కలిగినవారు, సజ్జనులు, ఉపాధ్యాయుడిగా పనిచేసి రిటైర్డ్ అయ్యారు. ఆయన పిల్లలందరూ అమెరికాలో ఉన్నారు. ఒక కొడుకు మాత్రమే ఈయనతో హెస్కెరెలో నివసిస్తున్నాడు. ఒకప్పుడు దేవాలయంలో తోటి కులస్థుల నిరంకుశత్వం భరించలేక కమిటీకి దూరంగా ఉంటూ తమ తోటను, పొలాన్ని, నర్సరీని చేసుకుంటూ ప్రశాంతంగా ఉన్నారు. ఈసారి ఊర్లో వచ్చిన మార్పును చూసి ఆయన కూడా ఎన్నికల బరిలో నిలిచారు. ఆయన ఉన్న మల్లిగె వీధి ప్రజలంతా ఈయనకు ఓటు వేశారు. ప్రభుత్వ ఆదేశం ప్రకారం ఇంత జరిగినా, అధికారం కోల్పోయినవారి గొడవలు, లోలోపల రగులుతున్న వారి ఈర్ష్యాద్వేషాలు తగ్గలేదు.

ఒక దళిత సముదాయానికి చెందిన విద్యావంతుడైన యువకుడు ఆలయానికి దేవస్థాన పాలక మండలికి అధ్యక్షుడు కావడం చూసి దేవాలయమే మైల పడిందని బ్రాహ్మణులు గొడవ చేశారు. సమ్మెకు దిగారు. అయితే ఏమీ చేయలేకపోయారు. తమ కులానికి చెందిన మఠం జగద్గురువులకు ఫిర్యాదు

చేశారు. కొందరు ఐకమత్యంతో కలిసి తమ రాజకీయ నేతలను కలిశారు. ఆ నాయకులు రాబోయే ఎన్నికల్లో తనను గెలిపిస్తే వారిని ఆ కమిటీ స్థానంలో మళ్లీ కూర్చోబెడతానని హామీ ఇచ్చారు. మాజీ ఎమ్మెల్యే భరోసా కలిగించే మాటలు విని అందరూ ఒట్టి చేతులతో తిరిగొచ్చారు. ఒక విధంగా కోరలు తీసిన పాములా రెండు వర్గాలుగా ఉన్న బ్రాహ్మణులు కలిసి పోరాడినా, నిరాహారదీక్ష చేబట్టినా ఫలితం లేకపోయింది.

తరతరాలుగా ఒక వర్గంవారి గుప్పిట్లో ఉన్న దేవాలయాన్ని విజ్ఞుల చేతుల్లోకి తీసుకురావడానికి ఆ యువకులు చాలా కష్టపడ్డారు. సిద్దేశ్ ప్రధానవ్యక్తి అయినప్పటి నుండి బ్రాహ్మణ కులస్థులు గొడవ చేస్తున్నపుడు, దిగువ కులాల వారు కూడా తమ తమ వాదనలను ముందుకు తెచ్చారు. తిరుమల నరసింహశాస్త్రిగారు కూడా రామకృష్ణ భట్టుకు వ్యతిరేకంగా తిరుగబడ్డారు. ఉరేగింపులో ఉత్సవ దేవుడి పల్లకిని మోయడానికి ఉప్పరలు, అవసరం కాగా, దేవుడి రథాన్ని లాగేందుకు, రథాన్ని ఆపటానికి చక్రాలకు పెద్దపెద్ద దుంగలు వేయడానికి దళితులు, కింది స్థాయివాళ్లు కావలసి వున్నప్పుడు, పాలక కమిటీలో మాత్రం ఎందుకు వద్దు అనే ప్రశ్నను ఈయన ముందుకు తెచ్చారు. వందలాది వాదవివాదాలు జరిగినా, ప్రభుత్వం అనుకున్నట్టే జరిగిందే తప్ప గొడవలు చేసేవారికి ఎలాంటి విలువ లేకుండా పోయింది. దేవాలయ నూతన కమిటీలో సిద్దేశ్‌కుమార్ అధ్యక్షులుగా, చన్నలింగస్వామి, తిరుమల నరసింహులు, ఉపాధ్యక్షులు, ప్రధాన కార్యదర్శిగా పని చేయసాగారు. కమిటీలో రిటైర్డ్ ఉపాధ్యాయులైన బాళప్ప పాటిల్, వకీలు సదాశివ కరమె, నాగరాజ్ ఉప్పార్, సుబ్రాయ్ శెట్టి, జిననాథ్ జైన్, బసప్ప బెళ్లుల్లి, దావణగెరె సిద్దణ్ణ–ఇంకా పలువురు నాయకులు చోటు చేసుకున్నారు.

వీటి అన్నిటి నడుమ హొస్కెరెకు వచ్చిన సమర్థుడైన ఇన్‌స్పెక్టర్ రామస్వామి కనిపించకుండా పోయిన రామకృష్ణ భట్టు కూతురు జాడను కనిపెట్టాడు. అప్పటికే ఆయన కూతురి గురించి వందలాది విషయాలు ప్రజల నోళ్లలో నానుతున్నాయి. గార్మెంట్స్ పని కోసం బెంగుళూరులో వచ్చిన కొందరు భట్టుగారి కూతురును బెంగళూరులో చూశామని చెప్పారు. కాఫీ సీమకు కూలీపనులకు వెళ్లిన వాళ్లంతా ఆమెను శివమొగ్గలో చూశామని ఊళ్లో చెప్పసాగారు. మరికొందరు హుబ్లీ,

బెల్గాం, గోవాలో చూశామని చెప్పారు. ఏది నిజమో? ఏది అబద్ధమో? ఎవరి మాటలూ నమ్మటానికి లేదు. రామకృష్ణ అంటే పడనివారు వందలాది తప్పుడు వార్తలను ప్రచారం చేశారు. ప్రజల నోళ్లు మూయించడం ఎవరికీ సాధ్యం కాదు. రామస్వామి భట్టుగారి కూతురి మిస్సింగ్ ఫిర్యాదును చాలా సీరియస్‌గా తీసుకున్నాడు. అందుకోసం తీవ్రంగా దర్యాప్తు చేశాడు. అతని దర్యాప్తు నివేదిక ప్రకారం, రామకృష్ణభట్టు కూతురు పొరుగూరికి చెందిన నాయక్‌ల అబ్బాయితో పారిపోయి, శివమొగ్గలో రిజిస్టర్ వివాహం చేసుకుంది. అక్కడా ఎక్కువ కాలం ఉండలేక, బెంగళూరు వెళ్లింది. బెంగుళూరులో వీళ్లిద్దరూ పీణ్య రెండో స్టేజ్‌లో చిన్న అద్దె ఇల్లు తీసుకుని అక్కడ గార్మెంట్స్ వర్క్‌లో చేరారు. అమ్మాయికి ఈ పని చేయడానికి సాధ్యంకాక, బెంగళూరులో ఉండనని పట్టుబట్టడంతో, ఆమెను పెళ్లి చేసుకున్న అబ్బాయి తన సోదరి ఉండే హుబ్లీకి తీసుకొచ్చాడు. ఇలా హుబ్లీకి వస్తున్న సమాచారం తెలిసి రామస్వామి వాళ్లను అరెస్ట్ చేసి,హొన్నావరకు తీసుకువచ్చాడు. అప్పుడే వీళ్లిద్దరూ అన్ని నిజాలు బయటపెట్టారు.

ఇన్‌స్పెక్టర్ రామస్వామి హుబ్లీ నుంచి వాళ్లను తీసుకొచ్చి, పారిపోయిన కూతురిని రామకృష్ణ ముందు నిలబెట్టాడు. కూతురికి తండ్రి అంటే చాలా భయం. చెప్పకుండా పెళ్లి చేసుకున్నందుకు చంపేస్తారేమోనని భయం ఆమెను ఆవరించింది. ఆ రోజు స్టేషన్‌లో తండ్రి–కూతుళ్లు ఎదురెదురుగా కూర్చున్నారు. రామకృష్ణ ముఖంలో ఎప్పుడూ కనిపిస్తున్న కోపం, చికాకు, దర్పం ఆ రోజు కనిపించలేదు. అవన్నీ ఇన్స్‌పెక్టర్ రామస్వామి లాఠీ రుచికి మాయమైపోయాయి. మౌనంగా కూర్చున్నాడు. బక్కచిక్కి, అలసిపోయినట్టున్న కూతురిని చూసి రామకృష్ణ కళ్లనుంచి ఆగి ఆగి కన్నీళ్లు రాలుతున్నాయి. ప్రేమతో పెంచుకున్న ఏకైక కూతురు. తన కూతురి పెళ్లి గురించి అతనికి వందలాది కోరికలు వుండేవి. సాఫ్ట్‌వేర్ ఇంజనీర్‌తో వివాహం జరిపించాలని కలలు కన్నాడు. తమ వర్గం గురించే గొప్పగా మాట్లాడే రామకృష్ణ అహంకారాన్ని ఈ సంఘటన తుత్తునియలు చేసింది.

హొన్నావరె దేవస్థానం ఇటీవలి కాలంలో అత్యంత ఆధునీకరణ చెంది, అభివృద్ధి చెందుతూ ఉంది. దేవాలయపు అన్ని వ్యవహారాలు, కానుకల హుండీ, మొక్కులకు సంబంధించిన సొమ్ము, కానుకల సొమ్మంతా వారానికి ఒకసారి

లెక్కచూసి, సొమ్ముకు సంబంధించిన రశీదులు, ప్రభుత్వ సొమ్ము ఖర్చు లెక్కలు, అన్నీ ఆలయ కార్యాలయంలోని కంప్యూటర్ సాఫ్ట్‌వేర్ మెమోరిలో నిక్షిప్తమై కూర్చుంటున్నాయి. చాలా రోజుల నుంచి అక్కడ అన్నదానం జరుగుతోంది. ఈ ఊరు ఒక ఆదర్శవంతమై ఊరుగా ఎదుగుతోంది. ఇలా ఉన్నప్పటికీ ఊరు అన్న తర్వాత చిన్న చిన్న సమస్యలు వేధిస్తునే ఉంటాయి. కొన్నిటిని వారి వారి నుదుటి రాతగా భావించి మౌనం వహిస్తే, ఇంకొందరికి మాట్లాడుకోవడానికి, కాలక్షేపానికి ఉపయోగపడే విషయాలయ్యాయి. ఈ ప్రాంతంలో ఈ మధ్య కాలంలో ముప్పయి, నలభై ఏళ్లు దాటినా ఆడపిల్లలు దొరక్క తంటాలు పడుతున్న బ్రాహ్మణ వరులు, ఆఖరికి ఏదో ఒక కులం అమ్మాయిని తామే వధుదక్షిణ ఇచ్చి పెళ్లి చేసుకుని ఇంటికి తీసుకునివచ్చిన కథలు, బ్రాహ్మణ అమ్మాయిలు పోకతోటలు, సాగునీటి సౌకర్యమున్న పొలాలు కలిగిన అనుకూలమైన వరులకన్నా, దూరదేశాల్లో చేతుల నిండా డబ్బు సంపాదించే సాఫ్ట్‌వేర్ ఇంజనీర్ కుర్రవాళ్లనే ఎక్కువగా పెళ్లి చేసుకుంటుండటం, ఇంటర్ క్యాస్ట్ లవ్‌మ్యారేజ్‌లు, పారిపోయిన అబ్బాయిల అమ్మాయిల కథలు, శిరసి, సిద్ధాపుర, హొన్నావర్, శివమొగ్గ, సాగరవైపు ఇప్పటికీ ప్రజల నోళ్లలో నానుతునే ఉన్నాయి.

❖

యక్షప్రశ్న

ఆ రోజు పోక కోతలకు గుత్యానాయక్‌కు చెప్పి వస్తానని వెళ్లిన మంజయ్య హెగడెగారు సాయంత్రం ఆరు గంటలైనా రాకపోవడంతో చిదంబర హెగడె ఆయనను చూసుకుని రావడానికి సిద్ధమయ్యాడు. ఇక గడప దాటి రెండడుగులు వేస్తుండగా గుత్యానాయకుని కొడుకు పరుగు పరుగున రావడం కనిపించింది. అతన్నే చూస్తున్న చిదంబరానికి మనసులో ఒక విధమైన భయం మొదలైంది. అతను పరుగున వచ్చిన వేగానికి ఒక్కసారిగా మాట్లాడేందుకు తడబడ్డాడు. హీరేబైల్(మిట్ట ప్రదేశం)లోని ఎత్తయిన మార్గాన్ని దాటి పరిగెత్తుకుంటూ వచ్చిన అతను ఊపిరి బలంగా తీసుకుంటున్నాడు. ఆఖరికి కాస్త తేరుకుని, 'హెగడెగారూ... హెగడెగారూ...పెద్దహెగడెగారు ఇళిబైలు (పల్లపు ప్రదేశం) తోట దగ్గర కూలిపోయారు. కాళ్లు స్వాధీనంలో లేవు. నడవడానికి కూడా సాధ్యం కావడం లేదు. ఆయన్ను మా నాన్న దొడ్డబైలు ఇంటి దగ్గర పడుకోబెట్టారు. వెంటనే బయలుదేరి రండి" అని పొంగుకొస్తున్న ఊపిరిని బిగపట్టుకుని అన్నాడు.

"అవునా.... నేను వెంటనే బుళ్లాను తీసుకుని బండి కట్టించుకుని వస్తాను" అంటూ బుళ్లాను పిలిచాడు. 'అరే... ఉదయం నుండి మధ్యాహ్నం వరకు తిరుగుతూ బాగానే ఉన్నారుకదా! అకస్మాత్తుగా ఎందుకిలా జరిగింది?' అని మనస్సులో మెదిలిన ప్రశ్నకు జవాబు తెలుసుకునే సమయం అతనికి లేదు. వెంటనే మాట్లాడకుండా, "బుళ్లా, నాగప్పను బండి కట్టుకుని, పెద్దబైలు దగ్గరకి వెంటనే రమ్మని చెప్పు" అని చెప్పి చిదంబరం ఆ ప్రదేశానికి పరుగెత్తాడు. కొంతసేపటి తర్వాత మంజయ్య హెగడె స్నేహితుడు రామదేవ దీక్షితులు,

మంజయ్య సోదరుడు సుబ్బయ్య అందరూ హీరేబైలు దగ్గరికి పరుగు పరుగున వచ్చారు.

గుత్యానాయక మాత్రం ఇద్దరు పనివాళ్లచేత హెగడెగారిని ఇళిబైలు నుంచి హీరేబైలు వరకు మోయించుకుని వారి తోట ఇంటి ముంగిట్లోకి తీసుకుని వచ్చాడు. నాటువైద్యం కొద్దిగా తెలిసిన గుత్యానాయక్ ఏవో కొన్ని ఆకులను మెత్తగా రుబ్బి దాని రసాన్ని ఆయన అరికాళ్లకు పూసి మర్దన చేయసాగాడు. ఆ సమయానికే చిదంబరం కూడా వచ్చాడు.

"గుత్యా... హెగడెగారికి ఏమైంది... ?" అని చిదంబరం ప్రశ్నించారు.

"ఏమి లేదు... ఎందుకో ఆయన శరీరంలోని సగభాగం స్వాధీనంలోకి రావడం లేదు. కుడి కాలు, కుడి చేయి మీద ఆయనకు పట్టు దొరకడం లేదు. అందుకే హీరేబైల్ దగ్గర కూలిపోయారు..."

అదే సమయానికి నాగప్ప బండి కట్టుకుని హీరేబైలు దగ్గరికి వచ్చాడు.

"హెగడెగారు... బండి రెడీగా ఉంది... త్వరగా రండి..." అని అరిచాడు.

పెద్దింటి గణపతి భట్టుగారు, కూడ్లమనే రామదేవ దీక్షితులు అందరూ వచ్చి చేరారు.

తండ్రిగారిని బండిలో ఎక్కించుకుని ఇంటికి వచ్చేసరికి రాత్రి ఏడు గంటలైంది. మంజయ్య హెగడె పూర్తిగా అలిసిపోయారు. బాగా ఆయాస పడుతున్నారు. ఆయన మాట్లాడుతున్నప్పటికీ, మాటలు స్పష్టంగా లేవు. జానకి నిమ్మకాయ పానకం తెచ్చి ఇచ్చింది. సుబ్బయ్య, చిదంబరం ఇద్దరూ మంజయ్య తల, భుజం పట్టుకుని నెమ్మదిగా పానకం తాగించారు. పెద్దహెగడెగారిని చూడటానికి వచ్చిన అందరి కళ్లలోనూ ఒక విధమైన విషాద ఛాయలు అలుముకున్నాయి. పెద్దహెగడెగారికి ఇలా జరిగిందనీ హీరేబైలు, ఇళిబైలు అంతటా తెలిసిపోయింది. జనాలంతా ఒక్కొక్కరుగా వచ్చి చూడసాగారు. అందరినోటినుంచి ఒక్కటే మాట.'పాపం, పెద్దహెగడెగారికి ఇలా జరిగి వుండకూడదు, యక్షగానం మీదనే ప్రాణం పెట్టుకున్న వ్యక్తికి ఈ పరిస్థితి రాకుండా ఉండాల్సింది' అని తమలో తాము గొణుక్కోసాగారు.

తన తండ్రికి పక్షవాతం వచ్చిందని గుత్యానాయకుడు సూక్ష్మంగా చెప్పిన విషయాన్ని చిదంబరం వెంటనే నమ్మలేదు. అయినా డాక్టర్‌ను తీసుకొచ్చి

పరీక్షలు చేయించాలని నిర్ణయించుకుని వెంటనే తోటమాలిని పిలిచాడు.

"రేయ్, బుల్లా, వెంటనే 'అలెమనె' (బెల్లం తయారీ చేసే ఇల్లు) దగ్గరకు వెళ్లి గుండు దీక్షితులను వెంటబెట్టుకుని తొందరగా రా" అని పంపాడు. చిన్న హెగడెగారి మాటలను శిరసా వహించినట్లు బుల్లా పడుతూ లేస్తూ 'అలెమనె' వైపు పరుగుతీశాడు. హీరేబైలు దగ్గర తండ్రికి ఒక్కసారిగా ఇలా జరగడం చూసి చిదంబరానికి ఎన్నో ఆలోచనలు, కొన్ని నమ్మకాలు వేధించసాగాయి. అందులో ఎక్కువగా ఇది హీరేబైలు దెయ్యం పీడనేమో అనే అనుమానం...? అదే దెయ్యం వచ్చి ఆయన్ను కొట్టివుండొచ్చా? గతనెలలో కేరెగౌడ అటు వైపు వచ్చినపుడు ఆయన్ను కూడా ఒకసారి కొట్టిందట... పాపం గౌడ రెండు వారాలుగా మంచం దిగలేదు. ఇదే దెయ్యం తన తండ్రిని కొట్టి ఉండొచ్చా? అంతేకాకుండా తమ ఇంట్లో గృహదేవత పూజ, భూతారాధన నిర్వహించకుండా ఐదారు సంవత్సరాలు గడిచిపోయాయి. ఇంటి దేవుడు తమ మీద కోపగించుకుని ఉంటాడా? అని మనసులోనే అనుకున్నాడు. ఇలా తాను అనుకున్నదంతా చిన్నాన్న సుబ్బయ్య దగ్గరికి వచ్చి చెప్పాడు.

కాసేపు ఆలోచించిన తర్వాత సుబ్బయ్య, "ఇలా కూడా అయిండొచ్చు చిదంబరా... ఎందుకైనా మంచిది వచ్చే నెలలో భూతారాధన పెట్టుకుందాం" అని 'అలెమనె' దీక్షితులు రావడం చూసి ఆయన్ను లోపలికి తీసుకెళ్లారు. 'అలెమనె' దీక్షితులు హెగడెగారిని చూసి, ఇది పక్షవాతం అని గ్రహించినా, ఆ విషయం చెప్పకుండా "భయపడాల్సిన పనిలేదు. ప్రస్తుతానికి ఈ రెండు సీసాల ఔషధం ఇస్తున్నాను. ఉదయం, సాయంత్రం వేడి నీళ్లతో కాళ్లు కడిగి ఈ నూనెను కాళ్లకు, చేతులకు పూసి మర్దన చేస్తే నొప్పి తగ్గుతుంది. కాళ్లకు కూడా కాస్త బలం వస్తుంది, తగ్గకపోతే తర్వాత చూద్దాం" అని చెప్పి వెళ్లారు.

ఆ రాత్రి మంజయ హెగడెగారు కాస్త గంజి తాగారు. జానకి వేడి గంజిలో కాస్త నెయ్యి వేసి అందులో కాస్త ఊరగాయ పచ్చడి వేసింది. నోటికి చేదు తప్ప మరేమీ తగలలేదు. ఇంట్లో భయంకరమైన నిశ్శబ్దం అలుముకుంది. అందరి మనస్సులు ఖాళీ పాత్రల్లా ఉన్నాయి.

మరో వైపు మనవడు శ్రీరంగ కాగుణితాన్ని బిగ్గరగా చదువుతూ కంఠోపాఠం చేస్తున్నాడు. ఇల్లంతా అతని కంఠమొక్కటే వినిపిస్తోంది. జానకి

పొయ్యిమీద రెండు చెంబుల వేడినీళ్లను మరిగించి ముంగిట్లోకి వచ్చింది. చిదంబర దీక్షితులు ఇచ్చిన మందు సీసాలు తీసుకుంది. ఇంతలో సుబ్బయ్య మెల్లగా అన్నను లేపి మంచానికి నెమ్మదిగా ఒరిగేలా కూర్చోబెట్టారు. వీపుకి సపోర్టుగా మూడు నాలుగు తలగడలను పెట్టారు. పెద్ద హెగడెగారు నెమ్మదిగా గోడకు ఒరిగారు. మాట్లాడే శక్తి ఆయనలో కనిపించింది. గుమ్మం దగ్గర నిలబడివున్న జానకితో కషాయం చేసుకుని రమ్మని చిదంబరం అన్నాడు. జానకి తెచ్చిపెట్టిన వేడి నీళ్లలో చిదంబరం గుడ్డముక్కను తడిపి, వెచ్చగాచేసి తండ్రి కుడికాలు, చేతుల మీద అతను మర్దించసాగాడు. మర్దన తర్వాత దీక్షితులు ఇచ్చిన నూనెను నిదానంగా పూశారు. ఇన్ని సంవత్సరాలు తండ్రి పట్ల ఉదాసీనత, కోపం, అలక, అహంకారం చూపిన చిదంబరం నేడు తండ్రికి చేస్తున్న సేవ చూసి సుబ్బయ్య హెగడెకు ఆశ్చర్యం కలగటం నిజం.

పెద్ద హెగడెగారు వంశపారంపర్యంగా వచ్చిన, ఆయన కళాజీవనపు ఊపిరి అయిన యక్షగానాన్ని కాపాడుకుంటూ, ఆ దట్టమైన మలెనాడులో ఒక యక్షక్రాంతినే తీసుకొచ్చారు. మలెనాడులోని ఓ చిన్న కుగ్రామంలో ఇలాంటి విప్లవం తీసుకొచ్చి కర్నాటక అంతటా పేరు తెచ్చుకున్న ఘనత మంజయ్య హెగడెకు దక్కింది. ఈ కళకు కుగ్రామం నుండి ఢిల్లీ వరకు ప్రజాభిమానం చూరగొనేలా చేశారు. జాతీయ, అంతర్జాతీయ పురస్కారాలు ఆయన సేవలకు గురించి వెతుక్కుంటూ వచ్చాయి.

హెగడెగారు తన పుట్టిన ఊరిలోనే యక్షగానం నేర్పేందుకు ఇంటి ప్రాంగణం ఎదురుగా ఉన్న అశ్వత్థవృక్షం దగ్గర పెద్ద మంటపాన్ని నిర్మించారు. ఈ మంటపం పూర్తిగా వెదురుతో నిర్మించినప్పటికీ, పైన పెంకులతో కప్పు వేశారు. ఈ ప్రాంగణం దాదాపు 30 నుండి 40 మంది వరకు యక్షగాన శిక్షణ పొందేందుకు తగినంత విశాలంగా ఉంది. దీనికి 'యక్షదేగుల' (యక్ష దేవాలయం)అని పేరు పెట్టారు. ఈ మంటపంలో శిరసి, సిద్ధాపూర్, యల్లాపూర్ సాగర, శివమొగ్గ, ఉడిపి, మంగళూరు, మైసూరు, బెంగళూరు ప్రాంతాల నుంచి యక్షగానం నేర్చుకునేందుకు వచ్చిన పిల్లలందరికీ కళను నేర్పి అడుగులు వేయించేవారు. ఈ కారణంగానే మలెనాడు, తీరప్రాంతం అంతటా మంజయ్య హెగడె అత్యంత ప్రసిద్ధులు అయ్యారు. ఇలాంటి కళను తమ పిల్లలు ముందుకు

కొనసాగిస్తారనే భావన ప్రజల మనస్సులో ఏర్పడేలా చేశారు.

మంజయ్యగారికి ఇద్దరు పిల్లలు. చిదంబర పెద్దవాడు, వనజాక్షి రెండోది. కుమార్తెకు వివాహమై యల్లాపురకు చెందిన రమాకాంత శాస్త్రిగారికి కోడలైంది. కానీ కొడుకు చిదంబర మాత్రం తండ్రికి తగిన కొడుకు కాలేదు. ఇతను చిన్నప్పటి నుంచి యక్షగానాన్ని ద్వేషిస్తూ వచ్చాడు. భాగవతార్ స్వరం వినగానే చెవిలో సీసం పోసినట్లుగా ప్రవర్తించేవాడు. మద్దెల మృదంగాలను చూస్తే వాటి పరిస్థితి చెప్పలేం. అందువల్లనే మంజయ్యగారికి కొడుకే కంటిలోని నలుసు అయ్యాడు. తండ్రి మాటను చిదంబరం వినేవాడుకాదు. తండ్రీకొడుకుల మధ్య ఈ గొడవ చాలా కాలంగా నడుస్తుండటంతో హీరేబైలుకు అటుపక్కనున్న ప్రజలకు ఈ విషయం రహస్యంగా మిగిలిపోలేదు. చిదంబరం తల్లి విశాలాక్షి మరణించిన రెండు మూడు సంవత్సరాలకు, అంటే చిదంబరానికి 14–15 సంవత్సరాల వయస్సులోనే ఇల్లు వదిలి కొన్ని రోజులు సాగర్, శిరసి, శివమొగ్గ, సిద్ధాపూర్‌లలో తిరుగుతూ చివరకు మంత్రం నేర్చుకునేందుకు సొందాకు కూడా వెళ్లాడు. చాలా సంవత్సరాలు అక్కడే ఉన్నాడు. మంజయ్యగారికి కొడుకు భవిష్యత్తు గురించి ఎప్పుడూ ఆందోళనగా ఉండేది. అతన్ని ఎలాగైనా సరైన దారిలోకి తీసుకుని రావాలని నిర్ణయించుకున్నారు. ఇందుకోసం చాలాసార్లు, వివిధ మార్గాల్లో ప్రయత్నించటం జరిగింది. బంధువులలో ఉన్న పెద్దలచేత బుద్ధిమాటలు చెప్పించటం జరిగింది. కనిపించిన దేవుళ్లందరిని తన కొడుకును సన్మార్గంలోకి తీసుకుని రమ్మని వేడుకున్నారు. అయితే ఏ శక్తి కూడా కొడుకును తండ్రి మాట వినేలా చేయలేదు. చిదంబరం మాత్రం తండ్రి దారిలోకి రానేలేదు. ముఖ్యంగా అతనికి కళలు, సాహిత్యం, యక్షగానాలపై కొంచెం కూడా ఆసక్తి లేదు. తానూ, తన తోటపని అన్నట్టుగా ఉండేవాడు. ఆ మాత్రం లౌకిక జ్ఞానంతో ఉన్నాడు.

మరుసటి రోజు తెల్లవారుజామున సుమారు 4 గంటలకు చిదంబరం లేచి అలెమనె దీక్షితుల ఇంటికి వెళ్లాడు. ఏదో వనమూలికను తీసుకుని రావడానికి అడవికి వెళదాం రమ్మని ఇతన్ని పిలిచారు. ఇద్దరూ అడవిదారి గుండా వెళుతున్నారు. ఇతను మౌనంగా ఉండడం చూసి దీక్షితులు, “చిదంబరా, నేను ఇలా చెబుతున్నానని బాధపడకు... మీ నాన్నగారు ఇప్పుడు బాధపడుతున్న

శారీరక రోగం కంటే ఏదో మానసిక వ్యాధి ఆయనను మరింత బాధకు గురిచేస్తోంది. ఎందుకంటే ఆయనకు ఇంతకు మునుపులా తిరగడానికి సాధ్యం కావటం లేదు. మూడు పూటలూ కూర్చున్నచోటే కూర్చోవాలి. అక్కడే పడుకోవాలి. అక్కడే లేవాలి. అందువల్ల మనస్సులో అనవసరమైన ఆలోచనలు పెట్టుకుని వారి మానసిక వ్యాధి మరింత తీవ్రం కావచ్చు. చివరికి అది వారి ప్రాణాలకు ప్రమాదం కలిగించవచ్చు. అందువల్ల కాస్త బాగా చూసుకో నాయనా. నేను నిన్ననే అన్నీ విషయాలు చెప్పివుండొచ్చు.అనవసరంగా అందరూ కంగారుపడతారని చెప్పలేదు" అని అన్నారు.

"సరేలేండి, దీక్షితులుగారూ... ఏమిటో మా ఇంటిమీద దేవుడి కన్ను పడివుండాలి. అందుకని మేము నమ్మిన దైవమైన పంజానాత్తాయ భూతారాధనను చేయాలని అనుకున్నాను... (భూతారాధన ఒక ఆచరణ...నమ్మిన దైవానికి పూజలు సమర్పించే పద్ధతి) ఈ విషయం గురించి చిన్నాన్న సుబ్బయ్యతోనూ మాట్లాడాను... అలాగే చేద్దామని అన్నారు. చాలా సంవత్సరాలు గడిచాయి. భూతారాధన జరపనేలేదు. అందువల్ల తండ్రిగారి మీద దైవం కోపంగా ఉండొచ్చు. అందుకే ఈ సమస్యలు, ఇబ్బందులు. "ఈసారి ఇంట్లో దైవారాధన చేస్తే అన్ని కష్టాలు పరిష్కారం కావచ్చు" అన్నాడు చిదంబరం.

❖❖❖

మలెనాడు తీరప్రాంత సరిహద్దులో నివసించే మంజయ్య వంశస్థులు దైవారాధనను నమ్ముకుని దాన్ని ఆచరించుకుంటూ వచ్చినవారు. భూతారాధన రోజున ఇల్లంతా ఊరి జనంతో నిండిపోయింది. రాత్రి ఎనిమిది దాటింది. ఇల్లు విద్యుత్ దీపాలతో కళకళలాడుతోంది. నగారా శబ్దాన్ని చిమ్ముతూనే వుంది. శబ్దాలు, కోలాహలం ఆకాశాన్ని తాకుతున్న నేపథ్య నినాదాలు. షాడ్జనాల (కథన కావ్యాల) గానానికి తెంబర వాయిద్యం జతచేరింది. ఇంట్లో దేవుడి కార్యాలు సజావుగా సాగుతున్నాయి. మంజయ్యగారు ఆరాధనను చూస్తూ భక్తితో చేతులు కట్టుకుని కూర్చున్నారు. చిదంబరం, సుబ్బయ్య పనుల హడావుడిలో ఇల్లంతా తిరుగుతున్నారు. మనుమడు నరహరి ఇతర అబ్బాయిలతో కలిసి టపాసులు, బాణాసంచా కాలుస్తున్న చోట నిలబడి టపాసులు పేలడం చూస్తూ ఆనందిస్తున్నాడు.

కాళ్లకు కడియాలు, నడుముకు జక్కలణి (కొబ్బరి ఆకులతో చేసిన వస్త్రం), భుజాలపై ఎత్తైన ప్రభావళి, ఒళ్లంతా ఆభరణాలు, నడుము చుట్టూ లేత కొబ్బరి మట్టలు, ముఖంలో ఉగ్రభావాన్ని వెలిబుచ్చే అలంకరణ, నోరంతా ఎర్రటి ఎరుపు, కళ్లకు నల్లటి కాటుక, చేతిలో పదునైన ఖడ్గం, పంచ దీపం. చీలికలై మండుతున్న పంచ దివిటీలు, చప్పున అందరినీ ఆకర్షించే రూపం. ఖడ్గంతో కోసిన నిప్పును ఛాతీపైనా, మెడపైనా పెట్టుకునే దైవావేశానికి లోనయ్యే దృశ్యాన్ని చూసి జనం చేతులు జోడించారు. పూజా పునస్కారాలు, నైవేద్యం, బలి అర్పించారు. మంజయ్యగారు దేవుడి ముందు నిలబడి చేతులు జోడించి ఓదార్పు చెందినట్టు తల ఊపారు. చిదంబరం, జానకిలు తలకు పాగా చుట్టుకుని తమకు కలిగిన కష్టాలను దేవుడి ముందు చెప్పుకుని వాటన్నింటినీ తొలగించమని వేడుకున్నారు. ప్రతి సంవత్సరం దైవారాధనను తప్పకుండా చేస్తామని తమ దైవం పంజనాత్తాయనుడికి వాగ్దానం చేశారు. చివరికు శాంతించిన దేవుడు వారికి అభయం ఇచ్చాడు. అందరికీ ప్రసాదం ఇచ్చి, వచ్చినవారికి భోజనోపచారాలు, దానధర్మాలు చేసి అంతా పూర్తయ్యేసరికి రాత్రి రెండు గంటలైంది.

❖❖❖

రాత్రంతా నిద్రచెడిన మంజయ్య హెగడెగారి మనవడు నరహరి పరుగున వచ్చి చేయి పట్టుకుని లాగినపుడు పది గంటలైంది. జానకి వచ్చిన వారందరికీ వేడి వేడి కాఫీ, ఉప్మా చేసి వడ్డించింది. చిదంబరం ఉదయాన్నే లేచి తోట వైపు వెళ్లాడు. పాఠశాలకు సెలవు కావడంతో నరహరి యక్షగాన మంటపంలో తిరుగుతూ ఉన్నాడు. వచ్చే నెలలో జరగబోతున్న హీరాబైలు జాతరకు సుబ్బయ్య హెగడె, మరితరులు 'దాక్షాయణి కళ్యాణ' యక్షగానాన్ని ప్రాక్టీసు చేస్తున్నారు. జానకి పెద్ద ఇత్తడి కంచం, చెంబు నిండా వేడినీళ్లు తెచ్చి, "మామయ్యగారూ, ముఖం, నోరు కడుక్కోవటానికి నీళ్లు..." అని పెట్టింది. ఆ సమయానికే వచ్చిన చిదంబరం వేడినీళ్లతో తండ్రి ముఖం కడుక్కోవడానికి, నోరు పుక్కిలించటానికి సహాయం చేశాడు. ఒక చేత్తో చేయలేరని, అతనే మరో చేత్తో ఆసరాగా నిలిచాడు. జానకి వేడివేడి కాఫీ ఇచ్చినపుడు, చిదంబరం దాన్ని తీసుకుని, స్వయంగా తానే తండ్రికి తాగించాడు. మంజయ్య అలాగే ఆ

మంటపం వైపు చూస్తూ కుర్చీలో వాలారు.

హెగడె తండ్రి ముత్తాతలు యక్షగానంలో ఎంతో ప్రావీణ్యం సంపాదించినవారు. ఆ ఇంట యక్షగాన కళ వంశపారంపర్యంగా ఒకరి నుండి మరొకరికి వచ్చింది. ఆయన వంశంలో మంజయ్య హెగడె మాత్రం యక్షగానాన్ని ఎంతో ఉన్నత స్థాయికి తీసుకుపోయారు. ఆ నాటి కాలంలో మంజయ్య మైసూర్ విశ్వవిద్యాలయం నుండి ఆంగ్ల సాహిత్యంలో మాస్టర్స్ డిగ్రీ చేసి, అందులో బంగారు పతకం పొందారు. కొంత కాలం శివమొగ్గలో లెక్చరర్‌గా పనిచేసిన తర్వాత ఎందుకో తను చేస్తున్న ఉద్యోగం నచ్చక ఊరికి తిరిగి వచ్చారు. పుట్టిన ఊరిలోనే ఏదైనా సాధించాలని నిర్ణయించుకున్నారు. వంశపారంపర్యంగా వచ్చిన యక్షగాన కళను కాపాడి, అభివృద్ధి పరచాలని నిశ్చయించుకున్నారు. అందుకోసం యక్షమంటపాన్ని స్థాపించి తన తండ్రి–తాతాల నుంచి నేర్చుకున్న యక్షగాన విద్యను ఇతరులకూ నేర్పిస్తూ, 'మలెనాడు యక్షగాన మండలి' అనే బృందాన్ని ఏర్పరుచుకుని అన్నిచోట్లా ప్రదర్శనలివ్వసాగారు. జీవితంలోని ఏదో ఒకదాన్ని సాధించాలని ఆయన మనస్సు తపిస్తుండేది.

మలెనాడులో మహాభారతంలోని అర్జునుడి పాత్రను, భస్మాసురుడి పాత్రను, హఠయోగి దర్యోధనుడి పాత్రను మంజయ్యగారు తప్ప ఆ పాత్రకు సరిసాటిగా నటించేవారు లేనేలేరని ఆయన ప్రదర్శన చూసిన వారందరూ చెబుతున్న విషయం. అలాంటి అద్భుతమైన కళాకారులు మంజయ్య హెగడె. ఊరిలో ప్రారంభించిన యక్షమంటపం ద్వారా శివమొగ్గ, ఉత్తర కర్ణాటక, సాగర, దక్షిణ కర్ణాటక, ఉడిపి, కుందాపుర మొదలైన ప్రాంతాల నుంచి పిల్లలు వచ్చి ఆసక్తిగా యక్షగానం నేర్చుకునేవారు. ఇలా మొత్తం ఊరి వారందరికీ యక్షగానాన్ని నేర్పుతున్న హెగడెగారు తన సొంత కుమారుడికి మాత్రం ఇంటి విద్యను నేర్పలేదని ఊరంతా మాట్లాడుకోసాగారు. అయితే చిదంబరానికి యక్షగానం నేర్చుకోవటం పట్ల అంత విరక్తి కలగటానికి కారణమేమిటో ఎవరికీ తెలియదు. మంటపానికి, అలాగే ఇంటికి వచ్చినవారు హెగడెగారిని, 'మీ అబ్బాయి మీ పరంపరను కొనసాగిస్తాడా?' అని అడిగినపుడు ఆయనకు కలుగుతున్న బాధ ఆయన్ను మరింతగా విచారానికి గురిచేసి ఆరోగ్యం క్షీణించటానికి కారణమైంది. 'అవును, నా తర్వాత మా వంశపారంపర్యంగా

వచ్చిన కళను కొనసాగించేవారు ఎవరు? అయ్యో... నా కళ్ల ముందే నా వంశస్థుల కళ అంతమై పోతుందికదా?' అనే ఆలోచన ఆయన్ను ఎప్పుడూ వేధించేది. మనవడికి ఆసక్తి ఉంది. కానీ చిదంబరం వాణ్ణి నేర్చుకోవడానికి వదలటం లేదు. ఎన్ని రోజులు దొంగతనంగా నేర్పడానికి సాధ్యం? ఇదే విచారం మంజయ్యకు పెద్ద మానసిక వ్యాధిగా పరిణమించింది.

కొడుకు చిదంబరానికి యక్షగానం చూస్తే భరించలేని పరిస్థితి ఏర్పడటానికి ఒక విధంగా మంజయ్యగారే కారణం. పెళ్లి చేసుకుని గృహస్థులైనప్పటికీ, ఇంటిపట్ల హెగడెగారికి ఆసక్తి అంతంత మాత్రమే! తమ్ముడు సుబ్బయ్య, ఇల్లు, తోట, భూమి అన్నిటినీ చూసుకునేవాడు. ఈయన తమ మలెనాడు యక్షగాన మండలి ద్వారా ఊళ్లూళ్లు తిరుగుతూ ప్రదర్శనలు ఇచ్చేవారు. ఇలా ఒకసారి ఢిల్లీ కన్నడ సంఘం ఆహ్వానం మేరకు ఒక కార్యక్రమాన్ని ప్రదర్శించారు. ఈయన ప్రదర్శన ఢిల్లీలో ఉన్న కన్నడిగులు మాత్రమే కాదు, ఇతర భాషల వారు కూడా వచ్చి యక్షగాన ప్రదర్శనను చూసి ఇష్టపడ్డారు. ఒక వారం కార్యక్రమాల కోసం వస్తే, అది రెండు వారాల వరకూ కొనసాగింది. ఊరికి విషయం తెలియజేద్దామనుకుంటే ఊళ్లో టెలిఫోన్ వ్యవస్థ కూడా లేదు. చివరకు శివమొగ్గలో ఉన్న తన మిత్రుడు రామచంద్రశర్మకు ఫోన్ చేసి ఈ విషయాన్ని తమ ఇంటికి తెలియజేయమని చెప్పారు.

హెగడెగారు ఒకవైపున ఢిల్లీలో ఉంటే, ఇటు మలెనాడులో భరణి నక్షత్రంలో విపరీతంగా కురిసే వర్షం. అప్పుడు చిదంబరానికి పన్నెండో పదమూడో ఏళ్లు ఉండొచ్చు. ఇంట్లో చూసుకోవడానికి నానమ్మ రంగమ్మ తప్ప ఇంకెవరూ లేరు. అటు వైపున దీక్షితులవారి ఇల్లు ఉన్నప్పటికీ, కూతవేటుకు వినిపించేటంత దగ్గరలో లేదు. అలాంటి వర్షాకాలంలో మంజయ్యగారి భార్య విశాలాక్షమ్మకు మలెనాడు జ్వరం తలకెక్కింది. పగలు, రాత్రి అనకుండా వర్షం కురుస్తుండటంతో హీరేబైలు, చిక్కబైలు చుట్టుపక్కల దారులన్నీ వర్షపు నీటిలో మునిగిపోయాయి. అడుగు బయటికి పెట్టలేని పరిస్థితి. తీవ్రమైన అస్వస్థతకు గురైన విశాలాక్షమ్మకు దీక్షితులు ఇచ్చిన మందులు పనిచేయలేదు. జ్వరం రోజురోజుకూ పెరుగుతూనే పోయింది. చిదంబరం మూడు పూటలూ తల్లి దగ్గరే ఉండేవాడు. అప్పుడు అతనికి అంతా అర్థమయ్యేది.

అతనే వానలో తడుస్తూ దీక్షితుల ఇంటికి పరిగెత్తి ఆయన్ను తీసుకొచ్చేవాడు. ఎందుకైనా మంచిది విశాలాక్షమ్మను ఆసుపత్రికి తీసుకుని వెళ్లాల్సిందేనని దీక్షితులు చెప్పడంతో, సుబ్బయ్య వెంటనే కేక వేశాడు. ఆ కేక అర్థమైనట్టు ఇంటి పనిమనిషి గుత్యానాయక్ ఎద్దుల బండిని సిద్ధం చేశాడు. హీరేబైలు, చిక్కబైలును దాటి ప్రధాన దారికి చేరుకోవడానికి కనీసం పదిమైళ్లు ప్రయాణించాలి. అప్పుడు చుట్టుపక్కల మోటారు వాహనాలు కూడా ఏవీ లేవు. వాళ్ల ఇంటి నుంచి ఆసుపత్రి సుమారు ఆరేడు మైళ్ల దూరంలో ఉంది. విశాలాక్షమ్మను బండిలో తీసుకుని వెళ్లే పరిస్థితి కాదు. ఎడతెరిపి లేకుండా వర్షం కురుస్తోంది. ఎలాగైనా డాక్టర్‌నే ఇంటికి తీసుకుని వస్తే బాగుంటుందని ఆలోచించింది, చివరికి అదే సరైన నిర్ణయం అని భావించి సిద్ధంగా ఉన్న బండిలో ఎక్కి గుత్యానాయక్‌తోపాటు చిదంబరం కూడా బయలుదేరాడు. ఇక్కడ ఇంట్లో విశాలాక్షమ్మకు తోడుగా దీక్షితులు, అతని భార్య అనసూయమ్మ ఉన్నారు. అప్పుడప్పుడూ విశాలాక్షమ్మ నొప్పితో కేకలు వేస్తే, అనసూయమ్మ ఆమె వీపును నొక్కుతూ, నిమురుతూ నొప్పి తక్కువ అయ్యేలా చేస్తోంది. కురిసే వానలో గుత్యా, చిదంబరం దుప్పటి కప్పుకుని బయలుదేరారు.

'మేల్కడక' ఆసుపత్రికి చేరేసరికి దాదాపు రాత్రి పదకొండు గంటలైంది. డాక్టర్ లేడు. ఆయన ఇల్లు ఎక్కడో విచారిస్తూ వచ్చారు. ఆ రాత్రి సమయంలో రావడానికి అంగీకరించని డాక్టర్, చివరకు రోగి మంజయ్య హెగడె భార్య అని తెలిసిన వెంటనే బయలుదేరటానికి సిద్ధమయ్యారు. హెగడెగారు ఆయన చిన్ననాటి స్నేహితులు. ఒకే స్కూల్లో చదువుకున్నారు. ఇద్దరం కలిసి శివమొగ్గలో ముల్కీ పరీక్షలు రాశారు. దూరమైపోయిన వారి స్నేహబంధం ఇలాంటి సందిగ్ధ పరిస్థితిలో అన్నిటినీ గుర్తు చేసింది. డాక్టర్ రామకృష్ణకు బైక్ ఉంది. ఎద్దుల బండిని నమ్ముకుని అంత దూరం ఇలాంటి దారుణమైన రాత్రిలో ప్రయాణం అంత సులభం కాదు. బైక్ మీద వెళితే తాము ముందుగానే చేరుతావని గుత్యాకు చెప్పి చిదంబరాన్ని బైక్ మీద ఎక్కించుకుని బయలుదేరారు. కానీ హీరేబైల్ రోడ్డు బైక్ సాఫీగా వెళ్లేటంతా మట్టసంగా లేదు. దారిపొడుగునా నీరు నిలవటం వల్ల బురదనీళ్లు ఎగజిమ్మేది. అయినా రామకృష్ణ లేని దర్పంతో బైక్‌ను నడపసాగారు.

చుట్టూ చీకటి, అడవి. బైక్ ఫ్రంట్ లైట్ తప్ప ఆయనకు ఇంకేమీ కనిపించటం లేదు. ఇంట్లో విశాలాక్షమ్మ జ్వరతీవ్రతతో మరింతగా నలిగిపోతోంది. జ్వరం తలకెక్కడంతో భరించలేక కేకలు వేస్తోంది. ఎలాగో హీరేబైలును దాటారు. చిక్కబైలు మరింతగా బురదమయమైంది. హీరేబైలులో పడిన వర్షపు నీళ్లు నేరుగా చిక్కబైలు అంతటా ఆక్రమించుకుంది. ఎంత ప్రయత్నించినా బైక్ మిట్టను ఎక్కలేదు. చిక్కబైల్ నుండి ఇంటికి దూరం దాదాపు అరమైలు. నడుచుకుంటూ వెళదామని డాక్టర్ రామకృష్ణ, చిదంబరం వర్షంలోనే ఇంటి వైపు పరిగెత్తారు. అటువైపు నుంచి గుత్యా కూడా ఎద్దుల బండిని వేగంగా పరుగెత్తిస్తూ రాసాగాడు.

డాక్టర్ ఇంటికి వచ్చేసరికి దాదాపు రాత్రి మూడు గంటలైంది. రామకృష్ణగారు విశాలాక్షమ్మగారి పల్స్ చూశారు. జ్వరం 115 డిగ్రీలకు చేరుకుంది. బలహీనత వల్ల ఆమె లేవలేకపోయింది. దీక్షితులు రామకృష్ణకు తాను చేసిన చికిత్స గురించి, ఇచ్చిన మందుల గురించి చెప్పారు. ఆ పరిస్థితిలో దీక్షితులు కూడా నిస్సహాయులయ్యారు. ఎందుకో రామకృష్ణగారికి ఇంట్లో వైద్యం చేయటం సమంజసంగా తోచలేదు. జ్వరం పెరగడంతో ఇంజక్షన్ ఇచ్చి వెంటనే మాత్రలు ఇచ్చారు. తెల్లవారేవరకూ ఏమీ చెప్పటానికి కాదు. ఉదయం వరకూ పరిస్థితి ఇలాగే ఉంటే ఆమెను నేరుగా మా ఆసుపత్రికి తీసుకుని వెళదామని చెప్పారు. డాక్టర్ ఇలా చెప్పడంతో అందరిలో ఆందోళన మొదలైంది. ఎవరికీ ఆ రాత్రి నిద్రపట్టలేదు. తల్లి పక్కనే కూర్చున్న చిదంబరం అలాగే నిద్రపోయాడు.

ఉదయం సుమారు పది గంటలైంది. చిదంబరం ఇంకా నిద్ర నుంచి లేవలేదు. అత్త సుందరమ్మ భోరుమని ఏడుస్తోంది. దీక్షితులు ఓదార్చుతున్నారు. ఆయన ఎంత ఓదార్చినా సుబ్బయ్య, అనసూయల దుఃఖం శాంతించటం లేదు. ఉన్నంతలో కాస్త ధైర్యంగా తిరుగుతూ కావాల్సిన ఏర్పాట్లు చేస్తున్నది దీక్షితులుగారొక్కరే! చిదంబరానికి మెలకువ వచ్చిన తర్వాత, అతని చుట్టూ వున్న నిశ్శబ్దమైన మౌనం సూతకపు ఛాయను తలపిస్తోంది. అప్పుడతను ఇంకా కౌమారస్థితిలో ఉన్నవాడు. తర్వాత తల్లి చనిపోయిందని తెలిసింది. ఉడిపి, శిరిసి, కుందాపుర, సిద్ధాపుర, సాగర్ నుంచి బంధువులు వచ్చారు. శివమొగ్గలోని

రామచంద్రరావ్‌గారి ద్వారా ఢిల్లీకి ఫోన్ చేయించారు. అయితే అప్పటికే మంజయ్య ఢిల్లీ నుంచి బయలుదేరి మూడు రోజులయ్యిందని తెలిసింది. అంటే ఈరోజు లేదా రేపు మంజయ్య రావచ్చని విశాలాక్షమ్మ మృతదేహాన్ని పెట్టుకుని రెండు రోజులు ఎదురుచూశారు. హిరేబైలు సమీపంలో ఉండగానే మంజయ్యకు భార్య మరణవార్త తెలిసింది. అతన్ని శాంతింపజేయడానికి సాధ్యం కాలేదు. చివరికి విశాలాక్షమ్మ అంత్యక్రియలు వారి పాత ఇంటి తోటలో నిర్వహించారు.

తల్లి మరణం చిదంబరం జీవితంలో మరిచిపోలేని సంఘటన. తల్లి కష్టసమయంలో తండ్రి ఉండివుంటే ఇలా జరిగేది కాదనే ఆలోచన చిదంబరాన్ని తీవ్రంగా వేధించేది. తండ్రికి యక్షగానం పట్ల ఉన్న వ్యామోహం తన తల్లిని బలితీసుకుందనే భావన చిదంబరం మనస్సులో చోటు చేసుకుంది. ఆ తర్వాత తండ్రీకొడుకుల మధ్య సంబంధం, వారి మధ్య జరిగే సంభాషణలు అంతంత మాత్రమే! అతనికి చదువు పట్ల ఆసక్తి పోయింది. ఏది కావలసినా నానమ్మను అడిగేవాడు. లేదా చిన్నాన్న వెంటపడేవాడు. తండ్రి పట్ల మునుపు ఉన్న ప్రేమ లేకుండా పోయింది.

చిదంబరం పెరిగేకొద్దీ, అతనికి తండ్రితో ఉన్న సంబంధమే మారిపోయింది. మాటతీరు మారింది. తండ్రిని గౌరవించేవాడు కాదు. మాట్లాడితే కోపంతో అలుకతో కూడిన దర్పపు మాటలు. పద్దెనిమిదేళ్లు వచ్చిన తర్వాత చాలాసార్లు ఇల్లు వదిలి ఊరూరు తిరిగేవాడు. కాలేజీలో చేరుతానని ఉడిపి వెళ్లాడు. కాలేజీకి వెళ్లటంకన్నా ఇతర వ్యసనాలకు ఎక్కువగా అలవాటు పడ్డాడు. అప్పుడప్పుడు ఊరికి వస్తున్నా తండ్రికి తెలియకుండా తోట ఇంటిలో తండ్రికి తెలియకుండా దొంగతనంగా సిగరెట్లు తాగేవాడు. పొరబాటున కూడా తండ్రి ఉండే యక్షగానమంటపం దగ్గరికి వెళ్లేవాడుకాదు. మంటపానికి యక్షగానం నేర్చుకోవడానికి కుర్రవాళ్లు వచ్చేవారు. వారితో కలిసేవాడుకాదు. మొత్తానికి యక్షగానం అతని పాలిట ముగిసిన అధ్యాయమైంది. మంజయ్య చిదంబరాన్ని నేర్చుకోమని చాలాసార్లు ఒత్తిడి పెట్టాడు. "నాకు ఉన్నది నువ్వొక్కడివే... మన వంశపారంపర్యంగా వచ్చిన కళను నువ్వే కొనసాగిస్తూ పోవాలి..." అని పదే పదే చెబుతూ వుండేవారు. ఈ విషయమై చాలాసార్లు తండ్రీకొడుకుల మధ్య గొడవలు జరిగాయి. ఇద్దరూ నెలల తరబడి మౌనవ్రతం

పట్టారు. ఈ విషయం హీరేబైల్‌ను దాటి చుట్టుపక్కలంతా వ్యాపించింది. ప్రజలు చెవులు కొరుక్కోసాగారు. మంజయ్య హెగెడెకు ప్రజలపట్ల ఉన్న గౌరవం వల్ల, చిదంబరాన్ని– "ఛీ... ఎలాంటి తండ్రికి, ఇలాంటి కొడుకా...?" అని అంటే, మరికొందరు "హెగడెగారు ఊరి వారందరికి యక్షగానం నేర్పిస్తారు. కానీ సొంత కొడుకుకు నేర్పించ లేకపోయారు" అని అనేవారు. ఈ మాటలన్నీ మంజయ్య చెవిన పడేవి. "ఎముకలేని నాలుక వెయ్యి మాటలు అనగలదు. కానీ వాస్తవ విషయాలు తెలియనివారి మాటలకు విలువ ఇవ్వకూడదు" అని సుబ్బయ్య సోదరుడిని ఓదార్చేవాడు.

❖❖❖

చిదంబరానికి అప్పటికే పాతికేళ్ళు దాటింది. చూడటానికి అతను అందంగా పెరిగాడు. చదువుకు తగిన ఉద్యోగం కోసం ప్రయత్నించలేదు. తండ్రికి చెందిన అనేక ఎకరాల సారవంతమైన పొలాలు, తోట ఆయన జీవితంలో పడిన కష్టానికి ప్రతిఫలం. చిదంబరం కోసం మంజయ్య ఒక అమ్మాయిని చూసి పెళ్లిసంబధం కుదుర్చుకుని వచ్చాడు. సుబ్బయ్య, నానమ్మ సుందరమ్మల ద్వారా వివాహానికి ఒప్పించటమూ జరిగింది. ఆ అమ్మాయి పేరు జానకి. ఆమె శిరిసి సమీపంలోని 'ఉమ్మచగి'కి చెందినది. ఆమెకు నృత్యం పట్ల విపరీతమైన ఆసక్తి. భరతనాట్యంలో సీనియర్ డిగ్రీ చేసింది. పెళ్లయ్యాక కొడుకులోని నిరాసక్తత, కోపం, దుడుకుతనం తగ్గుతాయని మంజయ్యకి పిచ్చి నమ్మకం ఉండేది. పెళ్లయింది. చిదంబరం ప్రవర్తనలో కాస్త మార్పు వచ్చింది. ఇంటి బాధ్యత, తోట బాధ్యత అతనిని తగినంతగా మార్చింది. అంతకు మించి ఇంకేమీ మారలేదు. తండ్రితో అతని సంబంధం అలాగే ఉంది. భార్య జానకి అతని స్వభావాన్ని మార్చడానికి వీలైనంతగా ప్రయత్నించింది. చిదంబరానికి తండ్రి యక్షగానం కంటే భార్య భరతనాట్యం చూడటంలోనే ఎంతో ఆసక్తి వుండేది. జానకి దీక్షితుల మనమరాళ్లకు భరతనాట్యం నేర్పటాన్ని ఖాళీగా ఉన్నప్పుడు చూస్తూ కూర్చునేవాడు.

మరో ఆశ్చర్యకరమైన విషయం ఏమిటంటే... చిదంబరం కొడుకు నరహరి తండ్రికి పూర్తిగా వ్యతిరేకమైనవాడు. అతను ఎప్పుడూ తాతయ్య పక్షమే వహించేవాడు. పొద్దున్నే తండ్రి తోటకి వెళ్లిన తర్వాత తాతయ్యతో కలిసి మంటపం

చేరుకునేవాడు. చిదంబరం అక్కడికి వెళ్లవద్దని చెప్పినా...తను వెళతానని చెప్పేవాడు. కోపం వచ్చి చిదంబరం ఒకటి రెండుసార్లు కొడుకును కొట్టాడు కూడా. తండ్రి కొట్టిన దెబ్బలను మరుక్షణమే మరచిపోయేవాడు. ఆ దెబ్బలు వాడిలో కళపట్ల ఉన్న అత్యాసక్తిని తగ్గించలేకపోయింది. తండ్రికి తగ్గ కొడుకు. మంజయ్య అప్పుడప్పుడు మనవడికి యక్షగానానికి సంబంధించిన తొలి అడుగులు నేర్పించేవారు. నరహరి తన చిట్టి పాదాలతో తాతతో కలిసి అడుగులు వేసేవాడు. మంజయ్యకు తన మనమడు నరహరిపై అత్యంత నమ్మకం. కొడుకు కొనసాగించని తన విద్యను మనుమడైనా ముందుకు కొనసాగించుకుని వెళ్లగలడనే ఆశ ఆయనలోని జీవితేచ్ఛకు శక్తినిచ్చేది.

కనీసం తన మనవడినైనా మంచి కళాకారుడిగా తీర్చిదిద్దాలని భావించిన మంజయ్యగారికి ఇప్పుడు కాళ్లూ చేతులూ స్వాధీనం కోల్పోయి, మంచం పట్టిన తర్వాత మూడు పూటలూ అదే ఆలోచనలో పడ్డారు. తండ్రికి పక్షవాతం వచ్చినప్పటి నుంచి చిదంబరం తన స్వబావాన్ని పూర్తిగా మార్చుకున్నాడు. మొదట్లో తండ్రితో ఎప్పుడూ చూసినా కోపంగా, చిరాకుగా ఉండేవాడు. తండ్రి తిన్నాడో లేదో కూడా అడిగేవాడుకాదు. ఇంట్లో ఉన్నప్పుడు కొడుకు నరహరిని తండ్రి దగ్గరకు వెళ్లనిచ్చేవాడు కాడు. ఒకవేళ కొడుకు తాతలా కళాకారుడు అవుతాడేమోనని భయం. ఇలాంటి చిదంబరం ఇప్పుడు తండ్రిసేవలో, ఆయన సంరక్షణలో నిమగ్నమయ్యేవాడు. అది చూసినప్పుడు, చిన్నప్పటి నుంచి ఇతను ఎలాంటివాడో తెలిసిన సుబ్బయ్యకూ చిదంబరం కొత్త అవతారం ఏంటో అర్థం కాలేదు. జానకి కూడా మామగారి సేవకు నడుం బిగించిన తర్వాత చిదంబరం చెబుతున్న చిన్నచిన్న పనులన్నీ పద్ధతి ప్రకారం చేస్తుండేది. ఇది ఒక విధమైన దైవేచ్ఛ కావచ్చు. ఉదయం పూట చిదంబరం తండ్రి కాళ్లకు ఔషధం పూసి మసాజ్ చేయసాగాడు. జానకి వేడినీళ్లు, గంజి, కాఫీ, టీ అన్నింటిని అందించేది. దీక్షితులు అప్పడప్పుడు వచ్చి చూసుకుని వెళుతుండేవారు.

తండ్రి పరిస్థితి చూసిన చిదంబరానికి రాను రానూ దుర్భరమైన మనోభావన వేధించసాగింది. కాళ్లు చేతులు స్వాధీనంలో లేని తండ్రిని చూసి అతనికి అపరాధ భావన కలగసాగింది. జీవితాంతం తండ్రిని ద్వేషిస్తూనే వచ్చాడు. చివరికి తండ్రి అవసానకాలంలోనైనా బాగా చూసుకోవాల్సిన బాధ్యత

గుర్తు చేస్తున్నట్టు అతని మనసులో తనంతట తానే వచ్చి కూర్చుంది. ఆయనకు ఉన్న మానసిక వ్యాధిని కొద్ది స్థాయిలోనైనా తగ్గించాలని అనుకున్నాడు. తండ్రిని ఆ పరిస్థితి చూస్తుంటే అతనికి చనిపోయిన తల్లి విశాలాక్షమ్మ గుర్తుకువచ్చేది. ఆ రోజు తన తల్లి కూడా ఇదే పరిస్థితిలో ఉంది. అప్పుడు తండ్రి తమ దగ్గర లేడు. తాను కూడా ఏమీ చేయలేకపోయాడు. తల్లి చనిపోయింది. తల్లిని పోగొట్టుకున్నట్టే తండ్రిని పోగొట్టుకుంటాననే భయం అతన్ని వెంటాడి వేధించింది. ఎలాగైనా ఆయన్ను తొందరగా మునుపట్లా కోలుకునేలా చేయాలని చిదంబరం నిర్ణయించుకున్నాడు.

అతని ఈ నిర్ణయం నేపథ్యంలో జానకి మృదువైన మాటలు, చిన్నాన్న సుబ్బయ్య అనుభవం జతకలిశాయి. తోట పనిని గుత్యానాయక్‌కు అప్పగించి ఇంట్లోనే ఉండసాగాడు. దీక్షితులు చెప్పినట్లు ఔషధాన్ని కాళ్లుచేతులకు పూసిన కొద్దిసేపటి తర్వాత కాస్సేపు అటుఇటూ తిరిగితే కాళ్లకు శక్తి వస్తుందట. ఇదంతా ఆ పరమాత్ముడి లీల కావచ్చు. ఏదో మంచి జరగవచ్చనే భావన అతనిలో చోటుచేసుకుంది. తండ్రికి తన భుజాన్నిచ్చి ఇంట్లోనూ, ముంగిట్లోనూ తిప్పేవాడు. యక్షగాన మంటపం నిర్మించిన రోజు నుండీ చిదంబరం అటువైపు ఎన్నడూ వెళ్లనే లేదు. అది ఎలా ఉందో కూడా చూడనంత నిర్లక్ష్యంగా ఉండేవాడు. ఆ రోజు చిదంబరాన్ని మంటపానికి తీసుకెళ్లమని మంజయ్య అడగ్గా, చిదంబరానికి ఏ మాత్రం ఇష్టం లేకపోయినా ఎలాగో కుదుటపడి మంటపం వరకూ మోసుకునిపోయాడు. అక్కడ లోపలికి వెళ్లిన తర్వాత నెమ్మదిగా మంటపంలో ఒక చుట్టూ తిప్పాడు.

ఆ రోజు సుబ్బయ్య 'శ్రీకృష్ణ సంధానాన' నాటకాన్ని ప్రాక్టీసు చేయిస్తున్నారు. క్షణంపాటు వాళ్లనే చూస్తూ కూర్చున్నారు. చిదంబరం కూడా కొన్ని నిముషాల వరకూ, ఆయన వచ్చి ఈయనను పలకరించేవరకూ, ఆయన వేస్తున్న అడుగులు చూస్తూ నిలుచున్నాడు. ఆ ఒక్క రోజు చిదంబరం జీవితంలో మొదటిసారి చాలాసేపటి వరకు యక్షగానాన్ని చూస్తూ నిలుచున్నాడు. అది అతనిలోని మార్పుకు సాక్షి.

చిదంబరం పూర్తిగా మారిపోయాడు. మునుపట్లా లేడు. మంటపానికి నేర్చుకోవటానికి వచ్చిన కుర్రవాళ్లు అడుగులు వేయటాన్ని తదేకచిత్తంతో ఆసక్తితో

చూసేవాడు. కొడుకులో వచ్చిన ఈ మార్పును సుబ్బయ్య, మంజయ్యలు సూక్ష్మంగా గమనించారు.

"చూడు చిదంబరా... మంటపం దుమ్ము దులపకుండా దాదాపు ఏడాది గడిచిపోయింది. నువ్వు బుళ్లా, నాగప్పలకు చెప్పి ఇంటి పెంకులు తీయించి, రీపర్లకు, అడ్డదూలాలకు అంటిన దుమ్ము, ధూళి దులిపించాలి. రాబోయే హీరేబైలు జాతరకు 'కొత్త కర్ణార్జునుల యుద్ధాన్ని' ఈ సారి ప్రదర్శించాలి. సమయం తక్కువగా ఉంది. ప్రాక్టీసు కూడా తీవ్రంగా జరగాలి. నువ్వు కూడా ఇందులో ఒక పాత్ర పోషించాలి. సరేనా?" అని సుబ్బయ్య చెప్పడంతో, "అలాగే చిన్నాన్నా, రేపటి ఉదయం నుంచే పని మొదలవుతుంది.." అని చెప్పి మంటపం బయటికి వచ్చి "బుళ్లా ..." అని కేక వేశాడు. సుబ్బయ్య మంజయ్య ముఖం చూశాడు. మంజయ్య ముఖంలో కృతజ్ఞతా భావం, దాంతోపాటు చెప్పలేని, అంతులేని సంతోషం!

మనువడు నరహరి పరుగెత్తుకుంటూ వచ్చి, "తాతయ్యా, నాకు చాలా ఆకలిగా ఉంది. నువ్వు వస్తావా? రావా? .. నాతోపాటు భోజనం చేయడానికి...!" అని మంజయ్యను బలవంతం చేయటంతో, మంజయ్య, "ఏరా మునుమడా, నన్ను వదిలి నువ్వు భోజనం చేస్తావా... ఆగరా నేను వస్తాను..." అని కాస్త తడబడుతూ అన్నారు.

చిదంబరం బయట నుంచి, "ఒరే, నరహరి, అమ్మకు కంచాలు పెట్టమని చెప్పు... తాతయ్యను పిల్చుకుని వస్తాను" అని అన్నాడు. మనుమడు నరహరి "తాతా తొందరగా రా" అంటూ ఇంటివైపు పరిగెత్తాడు. చిదంబరం మంజయ్యను మళ్లీ మోసుకుని ఇంటి ప్రాంగణంలోకి తీసుకుని వచ్చాడు.

❖❖❖

రాత్రికి సన్నాహాలు మొదలయ్యాయి, కర్ణార్జునుల యుద్ధ వాగ్వాదం వినిపించసాగింది.

ఎలవో సూతన మగనే। నీ। కలహదొళతి సహసిగనె॥
తలెయను నీగలికహుదో। మేణ్। మలెతరె కాణలుబహుదో॥ 1॥
బిడు బిడు సాకలో పార్థా నీ। పోడవియొళధిక సమర్థ॥

కడుగలియెంబబ్బరవు। ఎ । న్నోడనదు సల్లదు నిరవు ॥2॥
సాయక తొడువ విచార । రా। ధేయగె సలువుదే తోరా ॥
కాయువర్ యారై నినగె । నీ । సాయదే నడెయై మనెగె ॥3 ॥

"నేను చేసింది సరిగ్గా ఉందా? నేను తప్పు చేసివుంటే చెప్పండి చిన్నాన్నా..." అని చిదంబర సుబ్బయ్యను అడిగాడు.

రాత్రి సమయం దాదాపు పది గంటలైంది. ఆలయమంతా పున్నమినాటి చంద్రుని వెన్నెల వెలుగు 'యక్షదేవాలయ' మంటపమంతా పరుచుకుంది. మంజయ్య ఇంటి ఆవరణలోని పడకకుర్చీలో వాలి ఆ పున్నమి వెలుతురును చూస్తున్నాడు.

ఆయన ముఖంలోని సంతోషం ఎప్పటిలా మామూలుగా లేదు.

❖

దేవుని జోలె

నిశ్శబ్ద శబ్దంలో సాగుతోంది ఒంటరి ప్రయాణం.... పక్కన ఏదో చిన్నగా గుసగుసలు...అర్థమైనట్టు కనిపించలేదు. తోడుగా ఉన్నవాళ్లు పరిచయస్థుల్లా ప్రవర్తించటం లేదు. తమపాటికి తాము తమదైన లోకంలో మాటలతో సాగుతున్నారు. వారి మాటలు, కొన్నిసార్లు వికారంగా వినిపించే పెద్దనవ్వు, అప్పుడప్పుడు భయాన్ని పుట్టిస్తున్నప్పటికీ, ఏదో మొండి ధైర్యంతో సాగుతోంది ప్రయాణం...

అడవి చుట్టూ మరింత కారుచీకటి ఆవరిస్తోంది. మూడుమైళ్లకు ఆవల కనిపిస్తున్న గుట్టచివర నుంచి డోళ్లు, నగారాల శబ్దాలు చిన్నగా వినిపిస్తున్నాయి. అడవి కారుచీకటితో కూడిన ఈ నిశ్శబ్ద వాతావరణంలో తోడుగా సాగుతున్న భయమనే చిత్రణలు.... గుసగుసల మాటలు ఆ ప్రయాణాన్ని అత్యంత దుర్భరంగా మార్చుకుని సాగుతోంది. శరీరాలు లేకుండా వినిపిస్తున్న ఆ శబ్దం లోలోపల మరింత భయాన్ని కలిగించినా, అంతరంగంలో 'దేవుడు లేడు' 'దేవుడు ఎక్కడ ఉన్నాడు' అనే నాస్తిక బుద్ధికి మొట్టికాయ వేస్తోంది. 'దేవుడు లేడన్న తర్వాత దెయ్యం కూడా వుండడానికి వీల్లేదు', అలాంటప్పుడు నాకు తోడుగా రాత్రి కటికచీకట్లో నా పక్కనే వినిపిస్తున్న ఈ అస్పష్టమైన స్వరం ఎవరిది...? మానవ శరీరమైతే కనిపించటం లేదు. అడవుల్లో-లోయల్లో రాత్రిపూట అరిచే క్రిమికీటకాలు, గుడ్లగూబలు వంటి నిశాచర ప్రాణులు, పక్షులు కూసేటంత, అరిచేటంత శబ్దాలు లేనే లేవు. అలాంటప్పుడు ఎవరై ఉండొచ్చు...? ఇంకా ఆ దేవుడి గుట్ట అనే పిలువబడే అమ్మవారి గుట్ట ఇంకా రెండు మైళ్ల దూరంలో ఉంది. వెళ్లటానికి గంట గంటన్నర అయినా కావాలి. పగటిపూట అయివుంటే వేగంగా వెళ్లివుండొచ్చు. కానీ ప్రయాణం సాగుతోంది

అడవి దట్టమైన చీకటిలో...

కారుచీకటి మరింత దట్టంగా కమ్ముకుని జుమ్మని వీస్తోంది. ఆ క్షణాల్లో నడక మామూలుగా సాగడం లేదు. చీకట్లో వేసే ప్రతి అడుగూ విష ఘడియలా అనిపిస్తోంది. అడుగడుగునా నేను పెద్దబావిలో పడతానేమోనని అనిపిస్తోంది. ఎక్కడ బలంగా అడుగు వేస్తే ఆ ఊహా కూపంలో పడిపోతానేమోనన్న భయం ఆవరించింది. లోపలి గుండె కూడా మరింత భయపు కూపంలోకి నెట్టింది. నోట మాటే రాలేదు. పీల్చే ఊపిరిలోనూ బలం లేదు. గొంతులో తడి ఉన్నా అది ఎండిపోయింది. నాలుక మౌనంగా తన పాటికి తాను అణిగి కూర్చుంది. ఇక కళ్లయితే బుద్ధి-మనస్సుల మీద భారం వేసి తమ పాటికి తాము పని చేస్తున్నాయి. కాళ్లూ చేతులూ మాత్రమే మేమున్నాం భయపడకు... కాస్త గుండెను దృఢపరుచుకుని మనస్సును ఆగమని చెప్పు అని బుద్ధికి ధైర్యం చెబుతున్నాయి.

మరోసారి కారుచీకటి రాత్రిలో వినిపిస్తున్న ఆ అస్పష్టమైన శబ్దం కాస్త పెరిగినట్టు అనిపించింది. ఒక్కక్షణం గుండె గూడు ఆగిపోయే చిత్రం ఏర్పడింది. నేను అలాగే నిశ్చలంగా నిలబడటానికి ప్రయత్నించినప్పటికీ, వెనుక నుండి ఎవరో నన్ను తోసినట్లు అనిపించింది. 'అయ్యో... నేను బావిలో పడ్డాను' అని బిగ్గరగా అరవాలని అనుకున్నంతలో నా కాళ్లు చేతులు బలంగా నిలబడి, "భయపడకు, మనం దృఢంగా ఉన్నాం... మనకు ప్రమాదం లేదు..." అని ఆ క్షణంలోనే ఓదార్పు మాటలు చెప్పాయి. మళ్లీ దృష్టి దూరంలో కనిపిస్తున్న దేవునిగుట్ట వైపు సాగింది. గుట్టమీది నుంచి వినిపిస్తున్న డోళ్ల, నగారా, పటాసుల చప్పుడు క్రితం కన్నా కొంచెం పెద్దగా వినపడసాగింది. 'ఓహో... నేను అమ్మ గుట్టకు దగ్గరలోనే ఉన్నాను' అని మనసు అనుకుంది. కొండ జాతర శబ్దం ధైర్యం ఇచ్చినప్పటికీ, తోడుగా ఉంటూ వెంటాడుతున్న కారుచీకటి దుష్టశక్తులు వేధించడం మాత్రం ఆపలేదు.

'ఛీ... నా వెంట వస్తూ, నా వెనుక నడుస్తూ, కొన్నిసార్లు నా చుట్టుపక్కల పరిగెడుతున్నటు అనిపిస్తూ, క్షణక్షణానికి భయాన్ని పుట్టిస్తూ వస్తున్న అస్పష్టమైన శబ్దాలన్నీ దెయ్యాలవి కావచ్చా? లేదా అందరూ చెబుతున్నట్లు అది ప్రేతాత్మల వేధింపులు కావచ్చా? బహుశా కావచ్చు. అయినా ఇవి నన్ను వేధించడం

చూస్తే, అవి ప్రేతాత్మలే కావచ్చు... దెయ్యాలు, భూతాలే నన్ను వెంటాడుతూ వేధిస్తూ ఉండొచ్చు...అలాంటప్పుడు దెయ్యాలు ఉన్నాయంటే దేవుడూ ఉండాలికదా? అని మరోసారి దేవుడి గురించి నాలో ప్రశ్న తలెత్తింది.

దేవుడు లేదని వాదిస్తూ ఇన్ని సంవత్సరాలు గడిపిన నాకు 'దేవుడు ఉన్నాడు' అనే సత్యం ఆ క్షణంలో జీర్ణించుకోవడానికి సాధ్యం కాలేదు. ఈ నిజం తెలుసుకోవడం కోసమే ఆ దేవుడి కొండకు వెళ్తున్నాను... అడవిలోని దట్టమైన చీకట్లో నడుచుకుంటూ ఆ దేవుడి కొండకు వెళ్లివస్తే 'అమ్మ' ప్రత్యక్షమవుతుందని చెప్పిన చెప్పులు వేసుకోని ఒట్టికాళ్ల సన్యాసి మాటలను పరీక్షించటానికే కదా వెళుతోంది...? 'దేవుడు ఉన్నాడు' అని వాదించిన ఆ సన్యాసితో గంటల తరబడి వాదించిన నాకు అతను ఏం చెప్పాడో అర్థం కాలేదు. వ్యర్థంగా వాదించటం కంటే స్వయంగా కనుక్కోవటమే మేలని 'దేవుడి ఉనికి'ని పరీక్షించటానికి వెళుతున్నాను. దేవుడి గుట్ట అమ్మవారిని చూసి, ఆమె నాకు ప్రత్యక్షమైతేనేకదా, నేను 'దేవుడు ఉన్నాడు' అని నమ్ముతాను...! చూస్తాను...కనిపించని దేవుడిని చూడడానికి వెళుతున్న నాకు ఈ అస్పష్టమైన శబ్దాల పీడ ఎందుకు పెరిగింది?

ప్రతి అడుగుకూ ప్రశ్నలు... పాత జ్ఞాపకాలు వెంటాడుతూనే ఉన్నాయి... దట్టమైన అడవిలో సాగుతున్న ప్రయాణపు దారి అక్కడికే ముగిసినట్టు అనిపించింది. ముందుకు వెళ్లే మార్గం కనిపించలేదు.

ఏదో అడవి మృగం భయంకరంగా గర్జిస్తూ, బాధతో ఛీత్కరిస్తున్న మరొక జంతువును వెంబడిస్తూ పరుగెత్తినట్లు వినిపించింది. ఆ శబ్దం మేము సాగుతున్న దారి కుడివైపు నుంచి వస్తోందని నాకు అర్థమైంది. దారి కుడివైపున ఉందని అర్థమై ఆ అడవి మృగం గర్జించిన శబ్దాన్ని గ్రహించిన బుద్ధి, మనస్సుతో, 'అటు వైపు వెళ్లు' అని సూచించింది. శరీరం పరుగెడుతున్న కొద్దీ, వెనుక నుంచి వినిపిస్తున్న అస్పష్టమైన మాటలు కూడా వెనుకనే కొత్త దారిలో సాగాయి.

'ఎందుకో ఇది సమంజసంగా తోచటం లేదు. ఇవి ఎందుకు నన్ను, నా జాడను అనుసరిస్తున్నాయని అడగాలని అనిపించింది. 'ఏయ్... ఎవరు నువ్వు? నన్నెందుకు అనుసరిస్తున్నారు?' అని అడిగితే కిసకిసమని నవ్విన శబ్దం వినిపించిందే తప్ప ఆ నవ్వుతోపాటు వచ్చిన మాటలు పెద్దగా వినిపించినా

అర్థం కాలేదు... భయంతో గుండె మరింత లోతుల్లోకి జారింది. భయం కలిగించే అస్పష్టమైన ధ్వని ముందు, నేను ఓడిపోయినట్లు మౌనం వహించాను. వాటితో మాటాలు కొనసాగించటానికి మనస్కరించలేదు.

దేవుని కొండకు నేను మరింత దగ్గరలో ఉన్నట్లు అనిపించింది. కొండపై నుంచి వినిపించిన శబ్దం భయంతో వణికిపోతున్న నాకు మరింత ధైర్యాన్నిచ్చింది. వెనుక నుంచి వస్తున్న అస్పష్టమైన మాటలు లోలోపల భయాన్ని కలిగిస్తున్నా, దేవుడి గుట్టలో అమ్మవారి జాతర కోలాహలం శరీరానికి కాస్త బలాన్నిచ్చింది. అలసిపోయిన బుద్ధి, మనసులకు కాస్త ఊరట కలిగించింది. దేవుడి కొండకు దగ్గరలోనే ఉన్నాను, ఇక నేను బతకుతాననే ఆశను పెట్టుకోవచ్చు... అమ్మ ఉంది... చూసుకుంటుంది ... నన్ను కాపాడుతుంది అనే భావన ఏర్పడసాగింది. మనసు తాను అనుకున్నది బుద్ధికి చెప్పింది. మనసులో వచ్చిన మార్పు చూసి బుద్ధికి చాలా కోపం వచ్చింది. ఇన్నేళ్లుగా దేవుడి ఉనికిని ప్రశ్నిస్తున్న బుద్ధి, మనస్సుల స్నేహంలో చిన్నపాటి చీలిక ఆ కారుచీకట్లో సాగుతున్న ప్రయాణంలో కనిపించింది. బుద్ధికి తన స్నేహితుడిని కోల్పోతున్నాను, తాను ఒంటరి అవుతున్నాను అనే బాధ వేధించసాగింది. దుఃఖం పొంగుకొచ్చింది. లోపలి బాధను చెప్పుకోలేక బుద్ధి, మనసుకు వ్యతిరేకంగా అలిగి కూర్చుంది. ఏ క్షణంలో ఇవే బుద్ధి, మనస్సులు ఆ రోజు ఒట్టికాళ్ల సన్యాసికి వ్యతిరేకంగా జంటగా పోరాడాయో, అవే ఈ రోజు ఒకదానికొకటి వ్యతిరేకమయ్యాయి. గతంలో చేసిన కర్మల ప్రాయశ్చిత్తపు విత్తనం మట్టిలో కలిసి మొలకెత్తుతుంది. సన్యాసితో జరిగిన వాదనలో ఆయన చెప్పిన అద్భుతమైన మాటల అర్థం ఇప్పుడు అర్థమవుతోంది.

విపత్తు గడపలో చూసిన కాంతి,
లక్ష్యం లేని బుద్ధి పరిధి
దూసుకుపోతున్న బండి, కనిపించని దిశ వైపు ఒంటరి దూకు.
వాస్తవ జీవితం అర్థమైనది ఎంత? అనుభవించిందెంత?
లోపల కనిపించని స్పందనల అన్వేషణ,
లోపలి నిప్పు మండుతున్నది

ఉన్న కొంగులో పోగొట్టుకున్నదెంతో, మిగుల్చుకున్నదెంతో..!
వదలను, జీవితాంతం నిన్ను వేధిస్తాను
అంటోంది వెన్నుకంటిన బాధ ...

క్షమించు భగవాన్
నాకు జీవించటానికి అర్హత లేదు
నిన్నే అడిగినా జవాబు దొరకలేదు!

❖❖❖

గుట్ట దగ్గర పడుతుండగా, దేవుడి కొండలోంచి వెలువడుతున్న ఆ డోళ్ళ, నగారాల శబ్దం ఒక్కసారిగా ఆగిపోయింది. వెనక్కు తిరిగి కనిపించని అస్పష్టమైన మాటల వైపు దృష్టి సారించినా, ఏకాభిప్రాయంతో చీకట్లో కూరుకుపోయిన అస్పష్టమైన మాటలు వినిపించుకోలేదు. భయాన్ని కలిగించే అస్పష్టమైన మాటలు ఎప్పుడు ఆగిపోయాయో, ఎక్కడికి పోయాయో తెలియదు. అవి ఎక్కడికెళ్లి వుండొచ్చు...? ఆ దేవుడిగుట్ట అమ్మ భయానికి అవి మాయమైవుండొచ్చా...? అమ్మ మహిమ నిజంగా నడిచివుండొచ్చా? ఒట్టికాళ్ల సన్యాసి మాటలు నిజమై వుండొచ్చుకదా...! ఇంకా అనేక ఆలోచనలు ఆ క్షణం మనస్సును వేధించాయి. 'దేవుడు ఉన్నాడు' అనే నాస్తిక ముసుగును వేసుకున్న మనస్సును చూసి నాస్తిక బుద్ధి పాడు నవ్వు నవ్వొచ్చు. 'ఛీ ! నీ జన్మకు నిప్పు పెట్టా... ఇన్నేళ్లూ దేవుడు లేడు, నేను ఈ మాటకు కట్టుబడి ఉన్నాను, అని ఏవేవో చెప్పిన నువ్వు, ఇప్పుడు దేవుడు ఉన్నాడు ... అమ్మ మహిమ అంటున్నావుకదా... సిగ్గు పడాలి నువ్వు... దేవుడిని ఎదిరించలేని పిరికివాడివయ్యావు నువ్వు...!" అనే వ్యంగ్యమైన మాటలు బాణాల్లా గుచ్చుకున్నాయి. బుద్ధి కపటపు మాటలు మనసుకు బాధ కలిగించినా, తాను దేవుడు లేడని వాదించడమే ఇంతవరకూ చేసిన పెద్ద తప్పు అని మనసు భావించింది.

"నువ్వు దారి తప్పినట్లు కనిపిస్తున్నావు...! ఆ దేవుడు అనే కల్పనే పచ్చి అబద్ధం... కళ్లకు కనిపించని ఏదో అవ్యక్త రూపంలో మాట్లాడేవాడిని ఎలా నమ్మాలి?" అంటూ బుద్ధి మనస్సును గెలికింది. జవాబు చెప్పటానికి

ప్రయత్నించకపోయినా, మనసు నిస్సహాయంగా మౌనం వహించింది. దేవుని ఉనికికి సంబంధించిన ప్రశ్నలకు బలమైన సమాధానం ఇవ్వడానికి, బలమైన సాక్షిని వెతకాలి. బుద్ధి పరిమితులను గ్రహించిన మనస్సు, వ్యర్థ వాదన నిరర్థకమని మౌనం వహించింది. వేచి చూడాలనే ఆలోచనకు మొరపోయింది.

దేవుడి గుట్ట వైపు సాగుతున్న ప్రయాణం చివరి దశకు చేరుకుంది. కొండ చివరన అలంకరింపబడిన అమ్మను చూడాలనే తపన మరింత పెరుగుతూ పోయింది. ఒట్టికాళ్ల సన్యాసి మాటలను పరిశీలించడానికి వచ్చిన వ్యక్తికి ఇప్పటికే ప్రయాణంలో ఒక పిడికెడు బదేవుడి సాక్షాత్కారం అయినట్టు అనిపించినా, లోలోపల మరింత గందరగోళాలు, ప్రశ్నలు తలెత్తుతున్నాయి.

జాతర ముగిసి కొద్దిసేపు అయింది. అమ్మవారి దర్శనం కోసం తరలివచ్చిన ప్రజలు, భక్తులు, జోగప్పలు, జోగమ్మలు, మణిదండ కట్టుకున్నవారు అప్పటికే తమ తమ గూళ్లు చేరుకున్నారు. డొళ్లు, నగారా వాయించే పామరులు తాము నడిచి వచ్చిన అడవిలో వాయిద్యాలను వాయిస్తూనే వెళుతున్నారు. డప్పుచప్పుడు వల్ల క్రూరమృగాలు పారిపోయి తమ నుంచి దూరంగా ఉండాలన్నది వారి ఆలోచన. వారి ఆలోచనల ప్రకారమే ప్రయాణం సాగుతోంది... వారి ప్రయాణానికి కాగడా చిన్న వెలుగు, డోలు శబ్దం సాక్ష్యాలుగా నిలిచాయి.

అమ్మవారి గుడి చుట్టూ ఇప్పుడు పూర్తిగా నిశ్శబ్దం. కారుచీకటిలో వినిపించిన అస్పష్టమైన శబ్దాల నడుమ ప్రయాణానికి సిద్ధమైన నాకు నాలో జరుగుతున్న దేవుడి అస్తిత్వపు ఆలోచనా వేధనల మధ్యనే కొన్ని క్షణాలు గడిచిపోయాయి. ఇప్పుడు మళ్లీ భయం మొదలైనప్పటికీ, 'అమ్మ ఉంది' అనే ధైర్యం లోపల దూరింది. గుడి చుట్టూ పూలు, పండ్లు, మామిడి, వేపాకులు పరుచుకున్నాయి. స్తంభానికి కట్టిన అరటి బోదెలు అప్పటికే నేలకు వాలివున్నాయి. బలి నైవేద్యం కూడా కళ్లకు కట్టునట్టు వేధిస్తోంది. నల్లరాయిపై రక్తపు మడుగు నేలపై ప్రవహించి గడ్డకట్టింది. అమ్మ ముందు నైవేద్యానికి పెట్టిన గొర్రెలు, దున్నపోతులు, అడవి పందుల తలలను పదునైన చెక్క దూలానికి వేలాడదీశారు. బలైన ప్రాణుల ముఖాలన్నీ నోళ్లు తెరుచుకుని ఆకాశం వైపు చూస్తున్నాయి. చుట్టూవున్న దైవిక శక్తులు డేగలు, కాకులు, గుడ్లగూబలు, రాబందుల రూపంలో ఆ బలియిచ్చిన ఆ జంతువుల తలలను తింటాయని దేవుడిగుట్టకు వచ్చేవారి

నమ్మకం. అమ్మవారి కోసం మోదుగ ఆకులో తెల్లని అన్నం, ఉడికిన మాంసం ముక్కలు, రెండు పచ్చి మిరపకాయలు, దంచిన ఉల్లిపాయలు, పోకదొన్నెలో పెరుగు. నైవేద్యం పెట్టిన ఈ మోదుగ ఆకు మీద అప్పటికే క్రిమికీటకాలు, సూక్ష్మజీవులు తిరుగుతున్నాయి... అమ్మ ముందు వెలిగించిన దీపంలో నూనె ఇంకిపోయే స్థితిలో ఉండటం వల్ల వెలుగుతున్న వొత్తి ఇప్పుడో అప్పుడో అనే చింతాజనక స్థితిలో ఉంది. భక్తుల నుంచి పూజలు, బలులు, నైవేద్యాలు, పసుపు, కుంకుమ చీరలను కానుకలుగా, మొక్కులుగా అందుకున్న అమ్మవారి ముఖారవిందపు భీకరత మరింత భయాన్ని కలిగిస్తోంది. ఒట్టికాళ్ల సన్యాసి చెప్పిన కంటికి కనిపించని 'అమ్మవారు' ఈమేనా? అనే అనుమానం మొదలైంది. అమ్మవారు ఇదే స్థితిలో ప్రత్యక్షమవుతుందా? నాకు కనిపిస్తుందా అనే ఆశ లోపల్నుంచి ఏర్పడినా, చూడటానికి ఎర్రరంగు పెద్ద నుదురు... దానిమీద గుండ్రటి ఎర్రటి బొట్టు, రౌద్రావతారంలోని నల్లని కళ్లు, తెరిచిన నోటిలోంచి బయటికి చాపిన ఎర్రటి నాలుక, చేతుల్లో కత్తులు, ఆయుధాలు, కట్టుకున్న ఎర్రటి జరీచీర... అంతా ఎరుపు, నలుపుమయం... భయంకరంగా కనిపించింది. ఇలాంటి అమ్మవారు నాకు దర్శనం ఇస్తుందా...! కళ్ల ముందు ప్రత్యక్షమై తన ఉనికిని నిరూపించుకుంటుందా? తన మనసులో ఉన్న నిస్సహాయ ప్రశ్నలను చూసి బుద్ధి నవ్వింది. 'దేవుడు లేడు' అన్నదే అంతిమ సత్యం అని చెప్పడానికి బుద్ధి మునివేళ్లపై నిలుచుంది.

రౌద్రావతారంలో కనిపిస్తున్న అమ్మ ప్రత్యక్షమైతే 'దేవుడు ఉన్నాడు' అని నిరూపించడానికి సాధ్యమైనప్పటికీ, ఆమె ప్రత్యక్షమైతే ఆమె చైతన్యంలోని భీకరతను ఈ కళ్లతో చూడటం సాధ్యమా? అనే ప్రశ్న కూడా మనస్సును వేధించసాగింది.

దేవుడి గుట్టపై ఉన్న అమ్మ అవతారం ఇదేనా? దేవుళ్లు అంటే ఇలాగూ ఉంటారా? లేదా ఫోటోలలో కనిపించినట్లు సుందర వదనంతో, ఆకర్షణీయమైన శరీరంతో, రంగురంగుల దుస్తులు ధరించి, తళతళ మెరిసే కిరీటం, ఆభరణాలతో అలంకరించబడినట్లు కనిపిస్తారా? నిజమైన దేవుని భంగిమ ఏది? ... దేవుడు ఎలా ఉంటాడనే ఊహ మరింత జటిలమైంది. అమ్మవారి గుడిలో ఉన్నంతసేపు అనేక ప్రశ్నలు తలెత్తుతూనే ఉన్నాయి. మనసును ఆక్రమించిన ప్రశ్నలను మోసుకుని మళ్లీ అమ్మవారి ముఖం చూశాను. ఆమె ముఖంలో ఎలాంటి

మార్పు కనిపించలేదు. తల్లి ముఖారవిందంలో అదే భయాన్ని సృష్టించిన భీకరత అలాగే ఉంది. ఆమె ముందు ప్రవహించిన రక్తపు మడుగు ఆమె హింసకు ప్రతీక అని ఆ క్షణం అనిపించింది...! కొండ గుడిలో ఉన్న అమ్మవారి దేవస్థానం ఒకరకంగా అడవి కారుచీకట్లో వస్తుండగా కలుగుతున భయాన్నే సృష్టించసాగింది. లోలోపల ఆందోళన, భయం రుద్రతాండవం చేయసాగాయి. గర్భగుడిలో ఉన్న అమ్మవారి విగ్రహం కూడా సూటిగా నా వైపు చూడటంతో మరింత భయం అంతరంగంలో ఏర్పడింది. దేవుడే భయాన్ని సృష్టిస్తున్నప్పుడు, ఇది ఇన్నేళ్లుగా దేవుడినే ప్రశ్నించినందుకు, 'దేవుడు లేడు' అని వాదించినందుకు ఈ శిక్ష పడిందని మనస్సు ఊహించుకుని కుంగిపోయింది. 'నీ వల్లే నాకు ఈ స్థితి వచ్చింది' అని బుద్ధిని తిడుతూ మనస్సు కన్నీళ్లు కార్చుతూ కూర్చుంది. అడవి కారుచీకటి దాటేవరకు 'దేవుడు లేడు' అనే వాదననే పెట్టుకుని ముందుకు సాగిన బుద్ధి కూడా ఆ క్షణంలో బాధను అనుభవించింది. మనస్సును సమాధానపరచడానికి బుద్ధికి సాధ్యం కాలేదు. అమ్మ గుడిలోని ఆ నిశ్శబ్ద వాతావరణంలో మైదాల్చిన ఆ ప్రపంచంలో బుద్ధి, మనసులు, ఒక విధంగా అజ్ఞాత పక్షుల్లా తిరుగుతున్నాయి. ఎగరడానికి శక్తి లేదు. అరవడానికి ధైర్యం లేదు. అమ్మను క్షమించమని అడగటానికి ముఖం చెల్లలేదు. తప్పు చేశామనే అపరాధ భావన వేధిస్తున్నప్పటికీ, అక్కడి నుంచి విముక్తి మార్గం కోసం ఆ రెండు పక్షులు తపించసాగాయి.

రాత్రి చూసిన మాయాలోకంలో సాగిన ప్రయాణపు కల... మరుసటి రోజు కూడా కళ్లకు కట్టినట్లు కనిపించసాగింది. తానింకా ఆ దట్టమైన చీకటి ప్రపంచంలో తిరుగుతున్నాడా...! చుట్టుపక్కల జనం, ఇంటివారు, మాట్లాడటం, గుసగుసలాడటం... అదే భయాన్ని కలిగిస్తున్న అస్పష్టమైన శబ్దాల మాదిరి అనిపించసాగింది. సూర్యుడి తీక్షణమైన వెలుతురు చుట్టూ పడినప్పటికీ, కటికచీకటి ప్రపంచంలా కనిపించసాగింది. ప్రాయశ్చిత్తపు పరమావధిలో ఉన్నామని మనస్సు, బుద్ధి తమలో తాము చెప్పుకున్నాయి. మనం తపస్సులో ఉచ్ఛస్థితిలో ఉన్నామని మనసు, బుద్ధి తమలో తాము చెప్పుకున్నాయి. పగటి ప్రయాణంలో సాగుతున్న నాకు దూరంలో గంట వాయించిన చప్పుడు వినిపించింది. 'ఓహో... ఇక్కడ దేవుడు ఉండొచ్చు...' అని మనసు చెబితే, 'దేవుడున్న తర్వాత ఇక్కడ

కచ్చితంగా మంచితనమూ ఉంటుంది' అని బుద్ధి చెప్పింది.

బుద్ధి, మనస్సుల ఈ ఆంతర్యపు భావాల కారణంగా, శరీరం కూడా ఒక విధమైన ఉన్మాదపు అలలలో తేలియాడసాగింది. సూర్యుని తీక్షణమైన కాంతి మెల్లగా శరీరం మీద పడసాగింది. చర్మానికి ఎండ తాపపు అనుభవం కలిగింది. మంచుతో మసకబారిన కళ్లకు చుట్టూ వున్న ప్రపంచం అస్పష్టంగా కనిపించసాగింది. వెలిగిన కంటిలోపల కనిపించే ఆ అస్పష్టమైన ప్రపంచంలో దూరం నుంచి ఎవరో నా వైపు వస్తున్నట్లు కనిపించసాగింది. దూరంలో వుండడంతో అతను ఎవరనే విషయంపై స్పష్టత లేదు. అతను నా దగ్గరకు వస్తున్నాడన్నది కంటికి కనిపిస్తున్న సత్యం.

అతని ప్రయాణం నా సమక్షంలోనే సాగింది. చాలా గంభీరంగా నా వైపు వస్తున్న అతని ముఖమూ నాకు స్పష్టంగా కనిపించడంలేదు. అయితే 'దేవుడు ఉన్నాడు' అని వాదించిన ఒట్టికాళ్ల సన్యాసి ఆ క్షణం గుర్తుకొచ్చాడు. అతడో లేక మరెవరో...అన్నది స్పష్టంకాలేదు. నా వైపు వస్తున్న అతని భారీ ఆకారంలో నాకు కనిపించింది. పూర్తిగా శ్వేతవస్త్రధారియైన అతని ముఖంలోని కళ్లు, నోరు స్పష్టంగా కనిపించనంతగా తెల్లటి జుట్టుతో ఆవరించబడివుంది. మెడలో ఏమీ లేదు. అతని భుజానికి ఒక జోలె వేలాడుతోంది. అతను తొడుక్కున్న చొక్కా పూర్తిగా నేలను తాకుతుండటంతో అతని కాళ్లు, పాదాలు కనిపించలేదు. శరీరానికి వయస్సు దాటింది.

నెమ్మదిగా నడుస్తున్న ఆ నిగూఢ వ్యక్తి అడుగులు నన్ను సమీపించాయి. అతని మోహం చూడటానికి భయం కలగలేదు. సంతోషంతో నా వైపు చూశాడు. మందహాసంతో నన్ను చూస్తూ, తన ప్రేమపూరితమైన చేతులతో నన్ను ఎత్తుకున్నాడు. నాకు అతని చేతులు పూలపాన్పులా అనిపించాయి. జీవితంలో ఆ విధమైన ఆనందాన్ని ఎప్పుడూ అనుభవించలేదు. మెల్లగా ప్రశాంతంగా నన్ను ఎత్తుకుని భుజానికి వేలాడుతున్న జోలెలో వేసుకున్నాడు. నగ్నంగా ఉన్న నా దేహం ఆ జోలెలో చేరింది. అతన్ని దూరం నుండి చూసినపుడు, కనిపించే జోలెలో ఏముండొచ్చు? అనే ప్రశ్న తలెత్తినా, ఇప్పుడు అదే జోలెలో నేను చేరుకున్నాను. లోపలి రహస్యాన్ని గ్రహించేందుకు ఒక్క క్షణం చాలు.

జీవించినన్ని సంవత్సరాలు జగత్తులో మహాత్ములుగా పూజింపబడిన

వాళ్లందరూ ఆ జోలెలో ఉన్నారు. నాలాగే నగ్నంగా తమ ధ్యానంలో మునిగివున్నారు. ఫోటోలలో కనిపిస్తున్న, నమస్కరింపబడుతున్న ముఖాలన్నీ, ఈ రోజు నా ముందు ధ్యానముద్రలో ఉన్నాయి. పలకరించడానికి మరోసారి ధైర్యం చాల్లేదు. వాళ్లను చూసిన కొద్దీ చూడాలనే ఆశ ఏర్పడుతూ పోయింది. ఇలాంటివారితో నాలాంటి నాస్తిక బతుకులో జీవితాన్ని ప్రశ్నార్థకంగా గడిపినవాడిని ఇక్కడ ఎందుకు చేర్చాడు, నన్నెందుకు జోలెలో వేసుకున్నాడో అర్థం కాలేదు.

సముద్రపు అలలపై తేలియాడే చిన్న పడవలో కూర్చున్న అనుభవం ఆ జోలెలో ఉన్నట్టుంది. నన్ను జోలెలో మోసుకొస్తున్న ఆ అనాత్మ వ్యక్తి అడుగుల చప్పుడు కూడా నాకు వినిపించటం లేదు.

ఒట్టికాళ్ల సన్యాసి మాటలు ఎందుకో ఆ క్షణంలో కూడా గుర్తొచ్చాయి... వాటిని మరిచిపోయే ప్రశ్నే లేదు.

అది నా ప్రపంచం, ఆ ప్రపంచంలో నేను...!
'నేను' అనే పరమాత్మ
అతనికి ఈ దేహమూ ఆధీనం... అతను అంటాడు.
నేను వింటాను
అతను వార్చినట్టే నేను వార్చుతాను
ఆ రోజు 'అతను' గర్భం దాల్చాడు
ఈరోజు నేను పుట్టాను
అతనికి అన్నీ తెలుసు, నేను ఎవరో తెలుసు
ఆ రోజు అతడిని కడుపులోంచి
ఆ రోజు బయటకు లాగి గర్భంలోంచి బయటికి తోశాడు...
బతుకు బిడ్డా నువ్వు.... శక్తి ఉంటే సాధించు- చూపించు అన్నాడు
నేను మాట్లాడలేదు, క్షణపు చీకట్లో కనిపించని అడుగులు
నా లోపలి ధ్వని అతనికి అర్థమైంది
ఎలా ఉన్నా నువ్వున్నావుకదా భగవాన్...!
బతుకు తెరువు చూపిస్తావు

నా కోసం మెతుకు అన్నం దొరకదా?
ముక్క నీడ కనిపించదా? నిప్పు పిడుగు వరించదా?
జంట మాటలు ఒంటరి భయం
ఏకాంతపు చీకటిలో
సాగుతున్నాను
అతను వెనుక ఉన్నాడనే సాకుతో.

మరోసారి వెలుగు ప్రయాణం అలాగే సాగింది... లక్ష్యం లేని దారిలో గురువులా మోస్తున్న దేవుడి జోలెలో...